# Tàn đèn dầu lạc

**TÀN ĐÈN DẦU LẠC – Nguyễn Tuân**


Xuất bản theo hợp đồng sử dụng tác phẩm giữa
Công ty Văn hóa & Truyền thông Nhã Nam và gia đình tác giả, 2021

Ấn bản đầu do *Mai Lĩnh* thực hiện năm 1941
Ấn bản 2023 của Công ty Cổ phần Văn hóa và Truyền thông Nhã Nam

NGUYỄN TUÂN

# Tàn đèn dầu lạc

Tạ Huy Long
*minh họa*

nhã nam
NHÀ XUẤT BẢN
HỘI NHÀ VĂN

# LỜI GIỚI THIỆU

Những năm cuối thập niên 1930 đầu thập niên 1940, nền văn học Việt Nam hiện đại mới trưởng thành đã ghi nhận những chuyển biến sâu sắc. Việc nhóm văn chương trung tâm như Tự Lực văn đoàn quay sang tập trung vào hoạt động xã hội và chính trị đã khiến văn chương của họ tiến tới sự tự chủ, không còn trực tiếp can dự vào việc phụng sự lý tưởng cải cách theo như tôn chỉ lúc đầu của nhóm. Các nhóm phái văn chương khác theo đó, cũng có cơ hội phát triển và phát huy ảnh hưởng. Thậm chí, một số nhà văn cũng tự đứng/tách ra để khẳng định vị thế riêng. Nguyễn Tuân (1910-1987) là nhà văn tiêu biểu cho đường hướng này. Trưởng thành muộn hơn bạn bè văn chương cùng thế hệ, cũng không gắn kết chặt chẽ với bất cứ nhóm phái văn chương nào, chỉ bằng tài năng và cá tính sáng tạo độc đáo, Nguyễn Tuân nhanh chóng tạo lập tín thế trong làng văn chỉ sau tập truyện-ngắn-tùy-bút *Vang bóng một thời* (1940), một cuốn sách được xuất bản trong loại Những tác phẩm hay của nhà xuất bản Tân Dân – một đối thủ xứng tầm và đang dần thay thế Tự Lực văn đoàn chiếm giữ cực nghệ thuật trong trường văn học ở Việt Nam lúc bấy giờ. Và ngay năm sau, Nguyễn Tuân tiếp tục khẳng định bút lực và văn tài đa dạng bằng việc xuất bản hàng loạt các cuốn sách khác: tiểu-thuyết-tùy-bút *Chiếc lư đồng mắt cua* tại nhà xuất bản Hàn Thuyên (6/1941); du ký *Một chuyến đi* trong Tủ sách Tao Đàn của nhà xuất bản Tân Dân (7/1941); các bài tùy bút lẻ trong *Tùy bút* tại nhà xuất bản Cộng Lực (7/1941); và các phóng-sự-tùy-bút *Ngọn đèn dầu lạc, Tàn đèn dầu lạc* tại nhà xuất bản Mai Lĩnh (7/1941). Cùng với kinh lịch và sự giao du đã có tiếng trong văn giới, những tác phẩm này xây chắc vị thế trụ cột của Nguyễn Tuân trong làng văn Việt Nam từ lúc này.

Vào thời điểm Nguyễn Tuân chính thức tham dự vào đời sống văn chương, kinh nghiệm hưởng ứng Mặt trận Bình dân Pháp từ cuộc vận động dân tộc dân chủ (1936-1939) cùng cuộc khủng hoảng theo sau sự bùng nổ của Thế chiến thứ Hai (1939) đã làm thay đổi sâu sắc tâm thái trí thức văn nghệ sĩ bản xứ ở Đông Dương thuộc địa. Điều này khiến cho về phương diện xã hội, từ đường này hay hướng khác, các trí thức nhà văn đều từng bước gắn kết với các phong trào quốc gia hay cộng sản, và bằng cách nọ hay cách kia, tham gia đấu tranh vì độc lập và quyền tự quyết dân tộc. Về phương diện văn chương, họ hoặc tiếp tục khuynh hướng gắn kết văn chương với xã hội để mài sắc hơn nữa ngọn bút nhằm sản xuất văn chương chiến đấu, hoặc theo đuổi sự tự chủ của văn chương như một cách thức bồi đắp sức mạnh chính trị của nó trong mỗi tác động xã hội đến từ hoạt động tiếp nhận và diễn giải ở một nền văn học nghệ thuật mới đã thành hình. Chính ở đường hướng thứ hai này mà văn học Việt Nam xuất hiện khuynh hướng hiện đại chủ nghĩa, đưa văn học Việt Nam tiệm cận gần hơn với các nền văn học trên thế giới. Nhờ tinh thần hiện đại chủ nghĩa, văn chương nhạt dần tính chất luận đề và nhân vật trung tâm trong văn chương cũng không còn hiện lên một chiều mà trở thành những cá nhân đa ngã được biểu hiện ra với tâm tính phức tạp và đa dạng. Cùng với thế giới nhân vật phong phú, yếu tố tự truyện xuất hiện và trở thành một cách thức để nhà văn khẳng định cá nhân, cá tính cũng như đa dạng hóa nghệ thuật thể hiện tâm lý và tính cách nhân vật. Vào lúc này, với một thế giới nghệ thuật đầy ắp chất liệu cá nhân không giấu giếm, Nguyễn Tuân trở thành nhà văn hội tụ tất cả các tính chất ấy của nền văn học. Ông tùy hứng viết về thời vang bóng trong *Vang bóng một thời*, về kỷ niệm trong *Một chuyến đi*, về kỷ vật trong *Chiếc lư đồng mắt cua*, và nhiều cảnh sắc, con người, sự kiện trong *Tùy bút*. Hơn thế, ông còn dành ra cả hai tập phóng-sự-tùy-bút để viết riêng về thuốc phiện, việc hút thuốc phiện và những câu chuyện liên quan tới hút xách trong *Ngọn đèn dầu lạc* và *Tàn đèn dầu lạc*. Trong tất cả những câu chuyện dù lớn lao hay nhỏ nhặt, đẹp đẽ hay bê tha, đáng khen hay đáng chê ấy, Nguyễn Tuân đều không một lần tỏ ra bẽn lẽn khi để mình xuất hiện trong vai người chứng hay người trải nghiệm. Gạt sang một bên dư luận xã hội để cho cái tôi nghệ sĩ hiện diện rõ ràng trên trang văn như thế, Nguyễn Tuân đã đem đến một cách tiếp cận văn chương độc lạ nhất trên văn đàn Việt Nam vào lúc bấy giờ.

Thuốc phiện, dưới tên gọi khác là nha phiến, đã từng bị chính quyền phong kiến nhà Nguyễn cấm đoán từ đầu thế kỷ 19, rồi vì khó khăn trong việc quản lý cùng lợi nhuận khổng lồ mà việc buôn bán thuốc phiện có thể đem lại, vua Tự Đức chấp nhận giao việc lĩnh trưng thuốc phiện ở Bắc và Trung Kỳ cho Hoa kiều từ năm 1862, giống như cách mà trước đó người Pháp đã thực hiện ở Nam Kỳ trực trị[1]. Khi thực dân Pháp mở rộng khai thác ra toàn xứ Đông Dương, không chỉ với thuốc phiện, chính quyền thuộc địa – Le Failler dẫn lại nhận xét của Lubanski vào năm 1903 – thậm chí đã thiết lập cả ba ty quản lý độc quyền khác nhau để gây nguồn công quỹ thuộc địa và nó đã "tác động đến dân bản xứ ở ba hình thức biểu hiện sự tồn tại sinh lý của họ: Một thói hư – thuốc phiện; Một thói quen – rượu; Một nhu cầu – muối"[2]. Gác sang một bên "nhu cầu" không thể thay thế là muối, thì các cuộc tranh đấu về xã hội và chính trị của dân bản xứ nghiêng

1. Philippe Le Failler, *Thuốc phiện và chính quyền thuộc địa ở châu Á*, (Trần Thị Lan Anh, Trịnh Thị Thu Hồng dịch), (coll. Tủ sách Việt Nam của Viện Viễn Đông Bác cổ, số 7), Nxb Văn hóa Thông tin, Hà Nội, 2000, tr.35.
2. Philippe Le Failler, *Thuốc phiện và chính quyền thuộc địa ở châu Á*, Sđd, tr.48.

về rượu nhiều hơn là thuốc phiện. Bởi quan trọng hơn "một thói quen" như hình dung của Lubanski, rượu gắn với việc tế lễ của người Việt, khiến cho cuộc chiến "rượu lậu" với "rượu ty" còn mang thêm trong nó cả sắc thái tín ngưỡng tôn giáo nữa. Trong khi thuốc phiện chỉ tác động tới số ít những người giàu có. Trong văn chương Việt Nam lúc này, câu chuyện nhìn nhận và khuyên răn về nghiện ngập nói chung và nghiện thuốc phiện nói riêng, như có thể tìm thấy ở một số bài đăng trên *Nam Phong tạp chí* (1917-1934) chẳng hạn, sự phê phán thường nghiêng hẳn về khía cạnh luân lý, đạo đức và phong tục chứ không hiện lên như một vấn đề kinh tế, xã hội hay chính trị. Chỉ đến thế hệ Tây học về sau, sự phê phán mới dần nghiêng về khía cạnh chính sách của nhà cầm quyền, và từ đó, đề nghị một sự thức tỉnh ở người dân bản xứ từ cảm nghĩ thông thường đến tinh thần quốc gia chủng tộc. Trong loại bài phơi bày tình cảnh "bùn lầy nước đọng" nhân dịp phái bộ điều tra của chính quyền Bình dân Pháp sang Đông Dương khảo sát về tình hình thuộc địa (1-2/1937), Hoàng Đạo đã lên tiếng về nạn hút xách[1]. Vẫn theo thói quen đặt thuốc phiện bên cạnh rượu, ông nhận thấy "cứ xét theo sự thực, thuốc phiện đối với dân quê tai hại không sao bằng rượu được" vì "nếu rượu là một thứ xa

1. Hoàng Đạo, "Bùn lầy nước đọng: Đội không quân Nam Việt", *Ngày nay*, số 61 (30/5/1937), tr.1-2; *Bùn lầy nước đọng*, Nxb Đời Nay, Hà Nội, 1939, tr.65-68.

xỉ phẩm của dân nghèo, thì thuốc phiện là một thứ xa xỉ phẩm của nhà giàu, của những người hạng trung lưu trong xã hội". Nhưng vượt lên trên lối tiếp cận kinh tế ấy, ông chỉ ra rằng "cái hại của thuốc phiện kém phần rộng lại hơn phần sâu". Đó là vì, "người uống tuy nhiều nhưng ít người nghiện; còn người nào đã dùng đến ả Phù Dung, có nghị lực lắm mới thoát khỏi sự mê đắm trụy lạc". Khi đã nghiện, thuốc phiện bào mòn thân thể người ta, nó còn triệt tiêu cả tinh thần người ta nữa, "bao nhiêu chí khí, bao nhiêu đức tính tốt đẹp của người dần dà theo khói thuốc tan ra hư không cả". Song quan trọng hơn, theo nhìn nhận của Hoàng Đạo, vào lúc bấy giờ, "hạng thanh niên trí thức, hy vọng của tương lai" lại là hạng "dễ cảm, ít nghị lực, nên dễ say đắm ả Phù Dung" hơn cả, mà khi đã trở thành con nghiện, xã hội còn trông mong được gì vào "những thanh niên trụy lạc" ấy. Sự (tự) thức tỉnh của văn nghệ sĩ trí thức vào lúc họ tự nhiệm vai trò công chúng với quốc gia và xã hội, theo đó, thôi thúc họ viết về thuốc phiện để "cai"/"vĩnh biệt" thuốc phiện theo những từ khóa từng được Vũ Bằng lựa chọn làm nhan đề cho tập hồi ký/tự truyện của ông[1], trước nhất để vực dậy tinh

---

1. Tác phẩm này ban đầu có tên là *Cai*, được in dài kỳ trên báo *Trung Bắc chủ nhật* (1942-1943), sau in thành sách cùng tên trong loại Những tác phẩm hay của nhà xuất bản Tân Dân (1944); về sau, khi tái bản ở nhà xuất bản Thế giới, Vũ Bằng đổi nhan đề thành *Phù dung ơi, vĩnh biệt!* (1968).

thần và trách nhiệm của bản thân, sau đó chia sẻ và trao truyền nghị lực cho những ai trót đắm đuối với ả Phiền.

Trở lại với những trang văn về thuốc phiện của Nguyễn Tuân, từ cảm hứng, chủ đề, đề tài, lối viết cho đến các dấu hiệu cận văn bản, *Ngọn đèn dầu lạc* và *Tàn đèn dầu lạc* được xem như hai phần của cùng một tác phẩm[1]. Cả *Ngọn đèn dầu lạc* và *Tàn đèn dầu lạc* đều là những tiếp cận vi lịch sử về (việc hút) thuốc phiện ở Việt Nam. Cho đến lúc bấy giờ, việc hút thuốc phiện hay văn chương viết về thuốc phiện là câu chuyện không mới song Nguyễn Tuân vẫn tìm được cho mình một cách tiếp cận mới với một đề tài đã trở nên quen thuộc. Tuy *Ngọn đèn dầu lạc* và *Tàn đèn dầu lạc* được nhà xuất bản Mai Lĩnh định danh là phóng sự, nhưng giống như lối viết đã định hình phong cách nghệ thuật Nguyễn Tuân, mỗi sự kiện mỗi con người được kể ở đây luôn hiện diện như một truyện-ngắn-tùy-bút. Vì thế, sự khác biệt trong mỗi

---

1. Trong *Ngọn đèn dầu lạc*, Nguyễn Tuân đã để cho nhân vật ông Trẩm nghiện kiêm nghề tướng số khuyên bạn sử dụng ngay cái chết của chú Trô - ông "vua tiệm ở xứ Bắc", để mở đầu cho tập *Tàn đèn dầu lạc* mà bạn còn đương lúng túng chưa biết mở đầu thế nào. Và Nguyễn Tuân đã sử dụng chính câu chuyện về ông "vua tiệm băng hà" để mở đầu cho *Ngọn đèn dầu lạc*. Trong khi đó, trang cuối của *Ngọn đèn dầu lạc* cũng có ghi "Quyển thứ hai in tiếp". Tuy vậy, đã không có *Ngọn đèn dầu lạc* (quyển hai), mà thay vào đó là quyển *Tàn đèn dầu lạc* – giống với nhan đề được nhắc đến ở đầu quyển *Ngọn đèn dầu lạc*, nhưng được in ấn như một tác phẩm độc lập (xem Nguyễn Tuân, *Ngọn đèn dầu lạc*, Mai Lĩnh, Hà Nội, 1941, tr.5,96).

con người mỗi sự kiện làm nên sự khác biệt cho mỗi câu chuyện được kể, nhiều câu chuyện được kể dệt thành bức khảm phức tạp của đời sống người nghiện thuốc phiện, trong một đất nước mà người dân của nó đang vùng vẫy để thoát khỏi sự khuynh loát và trì níu của thuốc phiện cùng một hệ thống chính sách làm bệ đỡ cho sự phổ biến của thuốc phiện, rượu cồn, những chất gây nghiện làm hủy hoại thể trạng và tinh thần người dân bản xứ.

Giống như *Ngọn đèn dầu lạc*, ở *Tàn đèn dầu lạc*, Nguyễn Tuân cũng tập hợp các vi lịch sử về thuốc phiện và hút xách. Đó là câu chuyện về "tập ký ức của người bồi tiệm", một người được Vũ Trọng Phụng "gọi là thánh sư trong nghề tiêm thuốc" từng có ý muốn "làm lại cuộc đời" nhưng cuối cùng cũng không thoát khỏi ma lực của bàn đèn. Câu chuyện về người bạn Lưu Thần, "một người không muốn về" quê cùng vợ con vào kỳ giỗ chỉ vì đã trót "bắt nhân tình nặng" với ả Phù Dung. Câu chuyện về ông Ba Quynh, người muốn "mở một ngôi hàng cơm... đen". Câu chuyện về "ông ấm cuối mùa", một "người nghiện thuốc phiện phong lưu nhất" trong số những kẻ ghiền mà tác giả được biết. Câu chuyện về một "tiệm thuốc văn chương" với vị chủ nhân lấy cớ muốn thoát ly thế tục, tìm cảm hứng nghệ thuật trong hơi khói thuốc để vùi đầu vào hút xách. Câu chuyện về một người bạn ký rượu nay chuyển sang mở tiệm thuốc, mang cái tài "gạn rượu" khi xưa để gạn thuốc lúc này, biến nó thành "hoa xái". Và câu chuyện về "khói thuốc trên dãy núi Yên Tử", để thấy rằng ngay đến cả tăng lữ cũng "hè nhau sa đắm vào thuốc phiện". Song khác với *Ngọn đèn dầu lạc*, tính chất phê phán trong các câu chuyện ở *Tàn đèn dầu lạc* rõ ràng và mạnh mẽ hơn. Bởi khi mở rộng sự quan sát từ câu chuyện cuộc đời những người nghiện sang đời sống đất nước, qua những câu chuyện nhức nhối được ghi lại trong *Tàn đèn dầu lạc*, Nguyễn Tuân đã phơi bày tác hại ghê gớm mà thuốc phiện gây ra cho cá nhân, gia đình và xã hội.

Chủ yếu viết về đời sống hút xách ở Hà Nội những năm cuối thập niên 1930 đầu thập niên 1940, chất kết dính các câu chuyện lẻ của Nguyễn Tuân trong hai tập phóng sự về thuốc phiện này lại không chỉ bởi chúng cùng là những câu chuyện liên quan đến thuốc phiện xung quanh cái bàn đèn. Dường như ở mỗi câu chuyện, bên cạnh những băn khoăn dằn vặt về đạo đức và luân lý, về phận vị và danh dự,... thế giới người hút hiện lên trong trang viết của Nguyễn Tuân – nhất là với những trí thức nhà văn nhà báo trẻ – còn bị câu thúc bởi một tình thế chính trị phức tạp giằng xé khác, khiến họ không nỡ không thể tìm quên tìm vui trong làn khói thuốc. Tình cảnh nô lệ cộng thêm ảnh hưởng loạn ly từ cuộc Thế chiến thứ Hai đã tác động mạnh mẽ đến lựa chọn của trí thức văn nghệ sĩ. Sống với những tác động thường trực ấy, dễ hiểu vì sao những người từng bầu bạn với bàn đèn như Nguyễn Tuân, Vũ Bằng và nhiều trí thức văn nghệ sĩ khác, đã quyết liệt "vĩnh biệt" ả Phù Dung để nhanh chóng tham dự vào ngọn triều cách mạng giải phóng dân tộc. Ngày nay, đọc lại *Tàn đèn dầu lạc* nói riêng và những trang viết khác về thuốc phiện nói chung, cảm nhận cái không khí chính trị ngột ngạt qua những câu chuyện được biết và những câu chuyện bị khuyết thiếu trong những khoảng trống kiểm duyệt, bạn đọc không chỉ có được dữ liệu xã hội học về một thời đã qua mà còn cảm nhận được nghị lực của người cầm bút một thời, cái nghị lực mà nhờ đó họ đối diện và vượt lên nghịch cảnh để sống và viết, chiến đấu và hy vọng.

Trân trọng giới thiệu cùng bạn đọc.

*Thái Nguyên, chớm Đông* năm 2022

ĐOÀN ÁNH DƯƠNG

# TẬP KÝ ỨC CỦA NGƯỜI BỒI TIỆM

Bữa cơm chiều không có rượu chát, trong một tửu quán trung bình đã đến lúc dùng tới ống tăm gỗ Nhật Bản mà ông chủ quán, một chú Khách béo Quảng Đông cứ rẫy lên đây đẩy, nhất định bảo là tăm gỗ Trung Quốc. Chúng tôi là vài người làm báo, đang kềnh càng một cách không xứng đáng với mấy tách cà phê thiếu hẳn hương thơm và loãng như nước vối. Câu chuyện nghề nghiệp trong phạm vi phóng sự được đặt lên mặt thảm, lúc bấy giờ là một cái khăn bàn ăn trắng hoen ố xì dầu và nước xốt. Mỗi người chêm một câu, rút ở sự nhận thấy hằng ngày trong nghề.

- Nội tác phẩm trong nghề cầm bút, bạc nhất có nhẽ là những bài báo. Có hay tám vạn nghìn tư, qua tới ngày hôm sau chứ đừng nói chi đến năm sau là đã trở nên vô vị rồi. Ai nhắc tới làm gì.

- Đủ biết những sản phẩm về tinh thần mà căn cứ hẳn vào thời sự, nếu không thành đoảng vị thì là nhạt thếch, một khi nó không còn ở địa hạt thời sự nữa. Có ai nhớ tới, nhắc tới một bài báo rất hay của hôm qua, hôm kia, hoặc là năm vừa rồi đâu. Ấy, xưa nay những cái gì nẩy mầm bén rễ trên thời thượng của một thời khắc đều có những số mệnh yểu như thế.

- Nó cũng như là cuộc sống của mọi thời thượng về phục sức chẳng hạn. Chẳng hạn, giờ có anh nào còn nhớ tới cái mốt chơi yo yo không?

- Hóa cho nên tôi muốn quay ra nghề viết văn. Thời gian có bao giờ làm già và chết được một cuốn tiểu thuyết hoặc một vở kịch đâu, nếu truyện và kịch có một giá trị văn chương.

- Các anh là những đứa con bất tiến của nghề. Tôi chưa biết nghề báo nó khinh bạc ở đâu, nhưng tôi hãy được biết các anh là bọn không quý nghề. Những thứ khẩu khí ấy sẽ làm nguội hết lửa thiêng liêng của phụng sự. Các anh cứ nói thế, thì những người như Albert Londres chả thành ra ngốc cả sao? Có được cái tiếng tăm của Londres, cũng còn lâu mới mai một được.

- Bất hủ hay là bị quên ngay, moa không cần biết. Moa chỉ thấy bọn phóng sự như Londres là kiếm được nhiều tiền lắm. Cái đó là điều kiện tối thiểu.

*[Kiểm duyệt bỏ]*

Một người nữa, biểu đồng tình:

- Có thể. Có quyền ngồi xổm hẳn lên xu hướng ngu dại và bần tiện của bọn độc giả hạ cấp kia, có chăng là mấy bố thi sĩ và những nhà viết tiểu thuyết có tính cách thần bí. Bọn họ có quyền sống trước thời đại của họ.

- Thôi, giải tán. Đứa nào đi hút thì đi hút đi; đứa nào phải mần công chuyện thì đi mà mần đi. Hơn chín giờ rồi.

Vũ Trọng Phụng đi lùi lại sau với tôi, với một câu chuyện riêng. Rằng:

- Tao có một cái đầu đề này bở lắm. Ừ, phóng sự.

- ?

- Có một tên bồi tiệm có thể gọi là thánh sư trong nghề tiêm thuốc. Hắn cũng có chữ nghĩa. Hắn viết được một tập nhật ký, không, một tập ký ức thì phải hơn. Bao nhiêu những trò "cẩm phạt" *ma bùn*, đều có ghi ở trong đó hết. Nếu mày muốn dùng, đưa cho hắn một số tiền, lấy lấy không có thằng khác cũng xơi mất.

Tôi hồi ấy, cũng đang cần một thiên phóng sự cho tờ tuần báo nhà. Tôi muốn bắt ngay lấy câu chuyện của người bạn đồng nghiệp; nhưng tôi hơi ngờ, tự hỏi sao miếng thịt nạc ngon như thế, bạn tôi lại không ăn mà lại có bụng thảo nhường cho tôi. Xưa nay chúng tôi đi lại với nhau, thân thiết vẫn là thân, nhưng đã có bao lần rồi, chúng tôi giấu nhau từ một cái tin hằng ngày mà vẫn không ai dám trách móc nhau lấy nửa lời. Việc ấy đã là một thói quen. Nay lại nhường cho nhau những một tập ký ức, hẳn đấy phải là một đoạn xương củ chối khó gặm!

- Giá tao không muốn đi sang địa hạt khác, như tao vừa nói ban nãy, thì tao đã mua rồi. Tập ký ức đó, tài liệu nhiều, toàn những chuyện sống cả, nhưng lúc lấy về, cũng còn phải chần lại, xào nấu lại mấy lần lửa nữa rồi mới ăn được.

Thấy lời bạn là thành thực và nghĩ đến điểm cần kíp cho công việc mình, tôi xiêu lòng.

- Ừ, thế thì bây giờ ta lại nhà tác giả đi. Y ở đâu?

- Nhà cửa gì. Tác giả là bồi tiệm thì nhà y là cái tiệm thuốc, và chúng ta tới đấy, y sẽ tiêm thuốc cho chúng ta hút. Nghĩa là cuộc buôn bán giữa ta và họ sẽ thương lượng trong lúc nằm dài, kẻ tiêm thuốc, người bắt đầu dọc. Chưa có việc thương mại nào tiện và đỡ mệt như thế.

Chúng tôi cười mãi đến cửa tiệm nhà 55, phố Mã Mây. Vũ Trọng Phụng gọi một người bồi tiệm, trông rất linh lợi tới làm hộ thuốc hút. Tôi hiểu ngầm đấy là tác giả tập ký ức. Cạn xong một cối thứ nhì nữa, anh bạn chỉ người tiêm thuốc:

- *Lúy*[1] có viết được một tập nhật ký về đời sống trong tiệm. Định bán cho tôi, nhưng tôi chưa dùng tới. Anh có cần và xem có thể lấy được, thì cũng là một việc nên lắm. *Lúy* là Trần Bình Dân, tục danh là Xuân. Lăn lóc bao nhiêu năm trong những cái nhà như thế này rồi đấy.

Tôi không nói gì cả. Tôi đang mải nghĩ đến

*[Kiểm duyệt bỏ]*

Cái lối làm báo ở bên Mỹ bây giờ *[Kiểm duyệt bỏ]*. Chỉ có một ông nghị viên mới viết được bài về nội trị. Chỉ có một nhà ngoại giao chính thức mới viết được về tình hình quốc tế. Nếu một nhà thảo mộc học, giám đốc một viện bách thảo ăn lương nhà nước mà có bài điều tra về tính e lệ của một cây trinh nữ hay sự giao hợp của nhị hoa thành nên quả do sức đồng lõa của gió nội cỏ, thì thế nào họ cũng mua bài đó ngay. Có khi họ lại cần tới tìm đến nữa. Bởi vì họ đã tóm đúng được những cái thẩm quyền.

---

1. Tức *lui* (tiếng Pháp), nghĩa là *anh ấy*, *ông ấy*,...

Tin vào sự mầu nhiệm của phương pháp làm việc rất hợp lý đó, tôi đã bảo Trần Bình Dân đưa tôi cái bản thảo của y và bảo y rằng:

- Nếu bác không tham lam quá, ta có thể trao tiền và múc cháo luôn trong đêm nay.

Nhời đi, tiếng lại, giá cả đã định, Trần Bình Dân nghỉ tay tiêm, nhận tiền và muốn tỏ cho tôi biết rằng trong người y vẫn lưu thông một thứ máu ăn chơi không cần gì cả, y xòe đệp bạc, nói luôn:

- Rồi tôi cũng đến tiêu với các bạn tôi trong một đêm nay cho hết!

Cái đó là quyền của bác ta. Tôi chỉ biết khi nhận bản thảo, khi trao xong tiền mua, tôi còn cần phải mấy chữ nhường quyền tác giả của bác ta. Thế này thì ra tôi là một nhà xuất bản trong một đêm nay. Trên một mảnh giấy cũ đã vàng, lèm nhèm những vệt bụi xám và giọt dầu loang. Giọt dầu loang mãi cho hết diện tích tờ giấy đoạn mại này. Tôi đã đọc cho Trần Bình Dân tức Xuân viết những dòng mà từ trước tới giờ, tôi đã bao lần viết cho một nhà xuất bản to ở đây. Người bồi tiệm ký tên, cười. Chả biết nhà xuất bản kia

*[Kiểm duyệt bỏ]*

Vài mẩu chuyện tâm tình vụn vặt sau cuộc mua bán, đã cho tôi biết thêm rằng bác Xuân của tôi là một người kiếm đã ra tiền lắm, nhưng vốn tính phong hoa, chàng cao lâu chè chén, hát xướng chim chuột hết cả.

- Thế, tố cáo hết cả những bí mật nhà nghề, bác không sợ sự báo thù của liên đoàn chủ tiệm ở đây sao?

- Tôi sắp làm lại cuộc đời.

Tập ký ức nằm trong tủ sách.

*[Kiểm duyệt bỏ]*

Những ngày rỗi việc, tôi giở lại tập ký ức kia, càng đọc càng thấy dức mắt. Tác giả nó, có một lối hành văn giống hệt đám xướng kỹ viết thư cho nhân tình. Nghĩa là không cần chấm câu, không cần xuống dòng. Mà lại viết bằng bút chì, lờ mờ nhòe hết. Tưởng những trang thư của cha Faria trong truyện *Hầu tước Monte Cristo*(1) còn có thể rõ hơn. Toàn tập này đến sáu mươi trang mà cứ viết một hơi như thế, không có chữ hoa, không có một chỗ

1. Chính xác là *Bá tước Monte Cristo* (Le Comte de Monte Cristo), tiểu thuyết của nhà văn Pháp Alexandre Dumas cha.

hở để chen vào vài dấu chấm câu. Thật là một thứ văn nhất khí, thao thao bất tuyệt. Tôi phải lấy hết cái thông minh và cả cái tài đoán của tôi ra, để ngắt câu văn. Tôi nhận thấy cả cái khổ sở của một nhà nho thời cũ điểm chấm son bên dòng chữ nối dính vào nhau hàng chương một. Chấm câu xong trong tinh thần, tôi mới nhận thấy tập ký ức đó không đăng được. *[Kiểm duyệt bỏ]* Bởi vì phần chú trọng và nhiều nhất trong đó là toàn nói đến những chuyện dâm loạn

*[Kiểm duyệt bỏ]*

Hôm nay sà vào cái tiệm hút của chú Khách Síu ở phố Hàng Đàn, cái chú Síu vừa là chủ tiệm hút số nhà 84, vừa là chủ hiệu cao lâu Hoa Mỹ xế cửa tiệm, tình cờ tôi lại gặp Trần Bình Dân, một người làm đi làm lại cuộc đời mấy lần rồi mà giờ vẫn giúp tôi nướng một điếu nhựa cho nó sùi mặt quỷ lên. Ra thuốc phiện là có ma thực. Nó giam buộc người ta cả đến một cái việc sớm tối tìm mưu hồ khẩu[1] ở một cái tiệm giơ ngang trên miệng sáo đèn búp măng.

1. *Hồ khẩu* nghĩa là nuôi miệng; *mưu hồ khẩu* cũng nghĩa như *kế sinh nhai*.

- Tôi ở Vân Nam mới về, *[Kiểm duyệt bỏ]*, để dành cũng được ít vốn.

Tôi cũng biết thế. Tôi buồn chán, đi ra phía trước gác tiệm, thì trước tiệm là hội quán hội Trí tri, phất phơ ngọn cờ ngày nghỉ. Sau tiệm là một cái lò đúc thủy tinh của một hiệu thông phong ở phố Hàng Bồ, mặt sau ăn ra đến đây, *[Kiểm duyệt bỏ]*. Nhìn vào các giường hút, tôi thấy cái nhân loại ở đây, vào một buổi trưa hè, cũng không khác gì với cái nhân loại bên lò thủy tinh ấy.

# MỘT NGƯỜI KHÔNG MUỐN VỀ

Sớm hôm ấy, Lưu Thần, buồn *[Kiểm duyệt bỏ]* để tay lên vai tôi, rồi nắm tay tôi và bảo rằng:

- Tao phải về Thanh Hóa mất. Vợ tao nó bắt tao chiều nay phải về luôn với nó. Tàu tốc hành.

Không hiểu đến nguyên ủy mối buồn của Lưu Thần, tôi lùi cách anh hai bước, rút bả vai tôi khỏi bàn tay thân mật kia và hỏi:

- Ừ thì về, rồi lại ra. Có cái gì mà rũ rượi ra như vậy?

- Mày không hiểu. Nhưng thôi, chả cần cắt nghĩa nữa. Trưa nay mày lên tao ăn với vợ chồng tao bữa cơm gia đình. Rồi nói chuyện sau.

Tôi nhận lời. Lưu Thần lên xe đi. Cái dáng anh ngồi xe không thua gì kiểu một con bệnh tìm vào cổng viện bố thí. Cái người ấy xưa nay là sự thiểu não hiện thành hình người. Tôi còn lạ gì cái thứ đau khổ ấy. Có người bạn trông thấy Lưu Thần lúc nào người cũng cứ chảy ra như thỏi kẹo gặp tiết nồm, đã đặt cho anh một cái tên tự khí dài một chút. Họ gọi anh là "sự đau khổ của loài người". Lưu Thần biểu tự là sự đau khổ của loài người! Cả một kinh thành Hà Nội đều nhận rõ như thế. Nhưng hôm nay sao Thần đau khổ như chưa bao giờ tỏ rõ ra đến nhường ấy. Tôi hỏi tôi.

Anh là một người mến cảnh Hà Nội, mến người Hà Nội. Anh thường nói thật to rằng nếu anh có quyền lựa chọn cuộc sống và nếu phép luân hồi của nhà Phật là đúng, thì anh dám đổi đến năm bảy cuộc đời sống ở các chốn khác để được ở đấy chỉ lấy một trong năm bảy phần kia. Anh vẫn bảo rằng sống được làm người của Hà Nội thì chết anh cũng nhất định làm con ma của Hà Nội. Nhất nhẽ là phải làm thứ ma đói, anh cũng đành lòng. Có lần anh ốm nặng, thập tử nhất sinh, vợ con ông bà cô bác phải thân hành ra đem anh về quê. Hôm anh gượng gạo đứng vững được, anh đã vội lần mò ra Hà Nội. Lại gặp chúng bạn cũ, anh vẫn còn thở hổn hển, nắm tay mọi người, nói như tên tù rên và lướt mướt như một con đĩ khóc:

- Mấy ngày ở nhà, tôi đã tưởng là đi đứt rồi. Trước cái chết thực mà tôi chờ đó, lòng tôi đã chết trước, thêm mất một lần nữa. Tôi sẽ khổ lắm, nếu không được chết ở Hà Nội. Bệnh tôi chưa giảm được lấy vài mươi phần trong trăm phần trầm trọng. Nhưng cũng cứ mò ra đây cho được thấy lại anh em và được hỏi thăm lại các phố phường Hà Nội. Rồi vạn nhất, nói gở mồm, nếu có sao đi nữa thì... thì đã có các anh chấp phất. Tôi nhận biết tôi là một thứ người "sinh vi danh giáo chi tội nhân; tử vi tình trường chi oan quỷ". Nhưng có làm tội nhân của danh giáo, thì tôi cũng chỉ muốn cái danh giáo ấy là danh giáo nơi Hà Nội. Chết có phải làm thứ quỷ oan của trường tình, thì tôi cũng chỉ muốn cái chết đó xảy ra trên Hà Nội. Người của Hà Nội thì phải gửi về cái huyệt đất đỏ cũng của Hà Nội. Nên trả lại cho César cái gì là của César. Ha, ha!

*[Kiểm duyệt bỏ]*

Thế mà chiều nay, cái người ấy bị vợ con bắt rời khỏi ngay Hà Nội.

*[Kiểm duyệt bỏ]*

Tôi vẫn nghĩ lung về cái khổ của Lưu Thần khi tôi ngồi vào bàn ăn, có rượu có thịt của mâm cỗ cúng ngày tuần. Vợ Thần vui cười cho được tỏ rõ cái tâm quy cố hương của nàng. Còn Thần, vật vờ

*[Kiểm duyệt bỏ].* Giữa hai miếng thịt bỏ mồm, Thần nói lóng bằng tiếng Tây với tôi:

- Tao lạy mày. Mày nghĩ cho tao một cách gì để cho tao được ở lại đây mấy hôm nữa. Chỉ có mày là nói được thôi.

Tôi lấy lời phải chăng, nói:

- Anh phải về. Anh không thể để vợ con về một mình như thế. Thứ nhất là lại về nhà vào một kỳ giỗ long trọng. Các ông già bà cả ở nhà thấy anh không cùng về với chị ấy, sẽ nghĩ ra sao? Thứ nhất[1] là anh không có lẽ gì chính đáng để lần lữa ở lại đây.

- Ngày kia mới là ngày giỗ. Tao chỉ ở lùi lại một ngày thôi mà.

Tôi góp nhời, xin với chị Thần để mai anh ấy sẽ về sau. Chị Thần ngần ngừ, hơi lườm chồng và sau cùng thuận đưa cho chồng 5đ.00 và dặn riêng tôi:

- Vâng, nếu nhà tôi có việc riêng phải ở lại để tính toán với anh thì tôi phải về trước vậy. Nhưng nhà tôi là một người chơi bời đã mất nết, tôi rõ lắm. Và đã mấy chuyến, đều bỏ mặc mẹ con tôi về nhà một cách thui thủi như một bọn góa bụa mồ côi. Vậy tôi trông cậy vào anh, ngày mai phải giục cho nhà tôi về cho kịp giỗ.

---

1. Có lẽ là "thứ hai", "thứ nữa",...?

Chị Thần và các cháu ra tàu suốt, để anh Thần ở lại với chiếc sơ mi bẩn mặc luôn ở người. Hành lý và áo quần riêng của chồng, chị đều mang về trước, tin rằng đấy là một cách nhiệm mầu để buộc người chồng phải về chóng. Làm như là thiếu áo quần thì một người chồng hư đến đâu cũng không thể nấn ná, lần khân ở lại chốn Hà Nội dễ sa ngã này được.

Thần đã đi với tôi ra đến đầu phố, lại quay trở lại nhà, nói là để giao cho thằng nhỏ đồng bạc cho nó ăn uống trong mấy bữa hai vợ chồng vắng nhà. Mai anh sẽ đi sớm, không có dịp quay về đấy dặn dò nó nữa. Thế nghĩa là đêm nay anh đã định không ngủ nhà; anh sẽ ngủ với tôi, với người khác, với... ồ, Hà Nội thiếu gì người để ngủ với chúng ta nếu chúng ta có tiền và lại có một thứ tự do đặc biệt trong cái luân lý sống của mình.

Vậy là đêm ấy Thần và tôi nằm ở một cái tiệm, hút thuốc phiện tay đôi, điếu chú điếu bác, để nghe Hà Nội ban đêm rỉ rền dưới trận mưa ngâu không có hạn kỳ. Thần sung sướng như người vừa mới giành lại được quyền tự do.

- Này mày, thỉnh thoảng được không có vợ lấy dăm ngày, thích ra phết.

Đêm hôm ấy, tôi mở mắt thao láo cả một đêm say thuốc để khái luận cùng Thần về sự ấm lạnh của con người ta trong tình đời, và để cùng nhau nói xấu dăm bảy người bạn thân vắng mặt.

Ngoài kẽ cửa sổ tiệm hút, ánh sáng bình minh đã rụt rè ngấp nghé, muốn vào và hình như vẫn còn sợ cái ánh sáng đèn dầu lạc vốn không ưa gì mình. Tôi giục Thần:

- Ra tàu thì vừa đấy.

Thần miễn cưỡng, mặc quần áo ra đi. Còn thừa thời giờ, chúng tôi rẽ vào một tiệm bánh tây ăn sáng, dùng đồ điểm tâm, kẻ thì cốc sữa tươi, người thì miếng xúc xích. Nhìn cốc sữa, Thần ước:

- Tao muốn cho nó nhỡ mẹ nó tàu đi.

Thế mà nhỡ tàu thực, đúng như lời ước của bạn. Đến ga, tàu vừa ra khỏi đầu ghi. Thần vỗ tay:

- Tao nói có sai đâu!

Mấy người bắt-tê[1], cũng như tôi, đều không hiểu tại sao lại có thứ hành khách đi trật lỡ chuyến xe của mình mà lại còn vỗ tay mà cười một cách thống khoái được.

- Này mày, tao lại trở lại cái tiệm ấy ngủ vậy. Mưa lắm. Cũng chả đi đâu được, từ giờ cho đến trưa mới có chuyến khác về Thanh Hóa.

Gần trưa, tôi trở lại tiệm rủ Thần đi ăn để rồi

---

1. Phiên âm từ tiếng Pháp *porteur*, nghĩa là phu khuân vác.

cùng ra ga với anh luôn thể. Thần đang ngủ, lòng trắng cặp mắt vẫn không nhắm hết. Trên khay đèn người ngủ, ba cái cối đồng đã vợi hết thuốc. Tôi đập mãi, lay mãi.

- Thôi, vẽ ra đi lên hiệu làm gì. Bảo nó mua luôn cái gì về đây ăn quấy quá cho nó xong. Tao không thích ăn mấy, như mày đã rõ.

Chiều tính bạn, tôi và Thần đã ăn bữa cơm trưa có một bát canh xương thoóng và bốn cái lạp xường để nguyên cả chiếc trên một cái mâm gỗ lối cõ vỉ bày ngay dưới chân bàn đèn. Ông chủ tiệm chen vào một câu:

- Ông xem, nội các tiệm hút Hà Nội, có nhà nào có những cái mâm gỗ tươm tất như thế để các ngài dùng lúc ăn uống chè chén.

Thần xì xụp húp canh, đỡ nhời:

- Đúng thế. Trông nó có phong thể lắm.

Và quay lại phía tôi:

- Này đi tàu trưa vất vả lắm, anh ạ. Mà cũng không lợi hơn được mấy thời giờ. Đằng nào thì cũng tối nay là mình có nhà. Để đi tàu 5 giờ chiều. Xe tốc hành nó chạy nhanh đỡ sốt ruột. Sáu mươi cây một giờ, chỉ đỗ các ga chính thôi.

Ông chủ tiệm cũng kêu rằng như thế là phải lắm. Tôi không lấy làm phải lắm, vì tôi thấy phiền

phiền trong bụng khi nghĩ đến lời gởi gắm của chị Thần. Nhưng cũng không phải chịu và đợi anh Thần hút xong một cối thuốc tráng miệng bữa cơm nữa, tôi dìu anh về nhà tôi, với cái ý định từ phút này tôi phải canh anh ấy, như lính giữ tù và 5 giờ chiều sẽ "giải" anh ấy ra ga, cho con tàu đưa cái người bừa bãi, lếu láo ấy trả về cho một gia đình có chiếc bàn thờ sắp đỏ hương đèn...

Con tàu tốc hành xúp-lê[1] rồi xịt khói, rồi quay vòng bánh. Thần cầm mùi soa vẫy tôi. Tôi thở dài nhìn một kẻ lữ hành cứ đứng rũ rượi tì mình vào đầu toa. Đi là chết một phần... Tôi ở lại, vui sướng, vì đã không phụ lời ký thác của chị Thần. Tôi đã trả lại anh ấy cho chị ấy, đúng lời hẹn, đúng ngày hẹn.

Bỗng hôm nay, có tiếng đàn bà gọi cửa dữ dội hơn lối gọi cửa của lũ phu đổi thùng ban đêm. Tôi đang xem sách bên cái khay đèn dầu lạc không có dọc, không có tiêm, không có móc, không có tẩu. Bực mình, tôi mở cửa với sự vùng vằng và... mặt tôi đã gí sát vào mặt... mặt chị Thần. Tôi đổi giận, vui một cách vội vã:

- Chị ra sớm vậy? Anh đâu? Không cho các cháu lại luôn thể cho chúng kể chuyện ông nội?

1. Phiên âm từ tiếng Pháp *siffler*, nghĩa là kéo còi.

Chị Thần lặng im nhìn thấu đáy đồng tử tôi. Vụt một cái chị điểm ngón tay trỏ vào giữa trán tôi:

- Anh cũng là một người xấu. Nếu tôi không là một người có giáo dục, thì tôi gọi anh là giống gì. Anh gọi Thần ra đây. Hắn làm tôi cực lòng lắm rồi.

Vợ Thần cứ nói, nói mãi bằng cái điệu ấy. Và tôi mặt cứ như chàm đổ. Có ngọn đèn đường soi tỏ cái bẽ bàng của tôi. Thế ra Thần không về, vẫn không về. Thật tôi không hiểu.

- Anh phải mặc quần áo đi tìm nhà tôi ngay với tôi. Trời ơi trời, có ai mà chồng con như thế không.

Tôi phân trần hồi lâu, tả tỉ mỉ cả cái phút đưa anh ấy lên tàu:

- Tàu gần chạy, tôi còn bám lên bực lên xuống, đưa cho anh ấy lọ dầu Nhị Thiên Đường kia mà. Hay là có xảy ra chuyện gì trong khi đi đường chăng?

- Chuyện gì? Tôi biết rồi. Ở ngoài này vui lắm. Tôi sẽ bắt được quả tang cho hắn đừng chối nữa.

- Nhưng mà bây giờ tìm anh ấy ở đâu?

- Nghe nói nhà tôi dạo này hay đi hút tiệm. Anh dẫn tôi đi. Anh nên thương tôi mà đưa tôi đi hết các tiệm, sao sao cũng thấy.

Tôi và chị Thần hai chiếc xe giờ, đi đã khắp xóm Hàng Buồm, Mã Mây, Sầm Công. Tôi cùng chị Thần,

340

sau cùng đã giẫm lên cầu thang cái tiệm hôm trước tôi đã nghỉ một đêm ở đấy với Thần.

Thì trời ôi! Thần đang mặc quần cụt, múa dọc tẩu, hát nghêu ngao ở đấy với hai người lạ mặt nữa. Đã giết người chưa! Nền xi-moong cốt sắt sàn gác dưới chân tôi muốn sụt.

Hai vợ chồng Thần nhìn nhau cười. Chị ấy cười gằn để soạn lối cho một trận lôi đình. Anh ấy cười để cho đỡ ngượng trong phút bất thình lình.

- Mình sướng nhỉ!

- Sớm mai tôi về mình ạ. Thế thiếu đồ nấu hay sao mà mợ lại ra?

- Mai mình về làm gì? Ở nhà đã hóa vàng rồi.

Chúng tôi là một bộ ba đi rời rạc trên vỉa hè, trong mỗi người có một thế giới tư tưởng đen ngòm. Mấy con nhà thổ khúc khích cười, khi hắn nghe thấy chị Thần vừa đi qua, đang day dứt chồng:

- Tôi đã van kêu mình, muốn chơi gì thì chơi. Hát xướng, nhảy đầm, me tây, tôi có dám nói gì đâu. Nhưng mình tha cho tôi, đừng có hút xách vào. Mình không về thì mình bảo trước, việc gì mà làm khổ tôi đến thế này, hả mình.

Tôi đang nghĩ nhiều lắm. Rồi tôi cũng hiểu nhiều lắm. Ra Lưu Thần nghiện rồi. Anh không dám về Thanh vì ở Thanh không có tiệm hút. Thần đã đi tới cái trình độ của thuốc phiện bỏ tù mình ở một chỗ nó làm cho người ta không dám đi xa nữa nếu bên cạnh không kè kè có đem theo một bộ đồ hút. Chả nhẽ về nhà mỗi lúc bày được cái bàn đèn ra cho cả nhà trông thấy sự vô phúc ấy hay sao? Ra Thần đã đánh lừa tôi, cũng có lên tàu, nhưng đến Thường Tín gì đó thì anh nhảy sang *autorail*[1] lộn về Hà Nội.

Nếu chị Thần hiểu rõ người chồng mình đã bắt nhân tình nặng với nàng tiên Phù Dung Nâu rồi, thì chị cũng không nên trách anh ấy sao không về quê vào kỳ giỗ. Bởi vì quê hương của anh ấy bây giờ là đây. Nghĩa là tiệm hút. Cái quê hương này vững bền lắm, khó mà bỏ được, trừ phi cho anh ấy thiết lập bàn thờ ngay ở nhà. Chị há chẳng thấy những người đàn bà khác, cũng xấu số như chị, phải nghiến răng cưới vợ lẽ cho chồng để cho người bạn trăm năm không xứng đáng ấy đỡ đi cô đào nhà hát?

Ngọn đèn dầu lạc thắp ở nhà, dù sao cũng còn làm ấm được một khoảng giường.

1. Xe lửa chạy bằng dầu diesel, khác với xe lửa chạy bằng hơi nước.

# ĐÁNH XÁI BẰNG NƯỚC MẮT

*[Kiểm duyệt bỏ]*

# MỞ MỘT NGÔI HÀNG CƠM... ĐEN

Thật là ông Ba Quynh cố ý hại tôi hay sao mà, ông xộc ngay vào nhà cụ Cả Hàng Đào, chào hỏi tôi cứ ngậu cả lên. Ông Quynh cũng thừa hiểu nhà tôi không phải ở Hàng Đào. Cửa hiệu hàng tấm của cụ Cả, chỉ là một chỗ mà ông bà tôi hay đi lại để giữ mối hàng. Tôi tới đây, là lại để ăn giá tơ hộ đấy thôi. Nhà tôi không phải, ông Quynh xông vào làm gì? Mà dù có thực là nhà của tôi ở, ở một cách biệt lập như những đứa con trai tự trọng phải lìa đại gia đình mỗi khi có vợ, ừ, mà có thế chăng nữa thì ông Quynh dám vào nhà đột ngột như thế sao? À, ra quấy nhiễu thật.

Này, tôi mời các ông các bà thử ngắm hộ tôi xem. Ông Quynh nhà tôi mặc một cái áo vải trắng dài cũ, thời gian đã bắt ngả màu khói gác bếp, chân đi một đôi giày tàu đế cao su. Khăn xếp đội trên đầu mép đã lòi ruột con bấc trắng; chữ *nhân* xộc xệch và tụt mất một nửa, thành ra khăn đã hóa chữ *nhất*; và mấy vành khăn bóng nhoáng như quệt mỡ, tìm mãi không thấy được lấy một hạt cát của thứ hàng

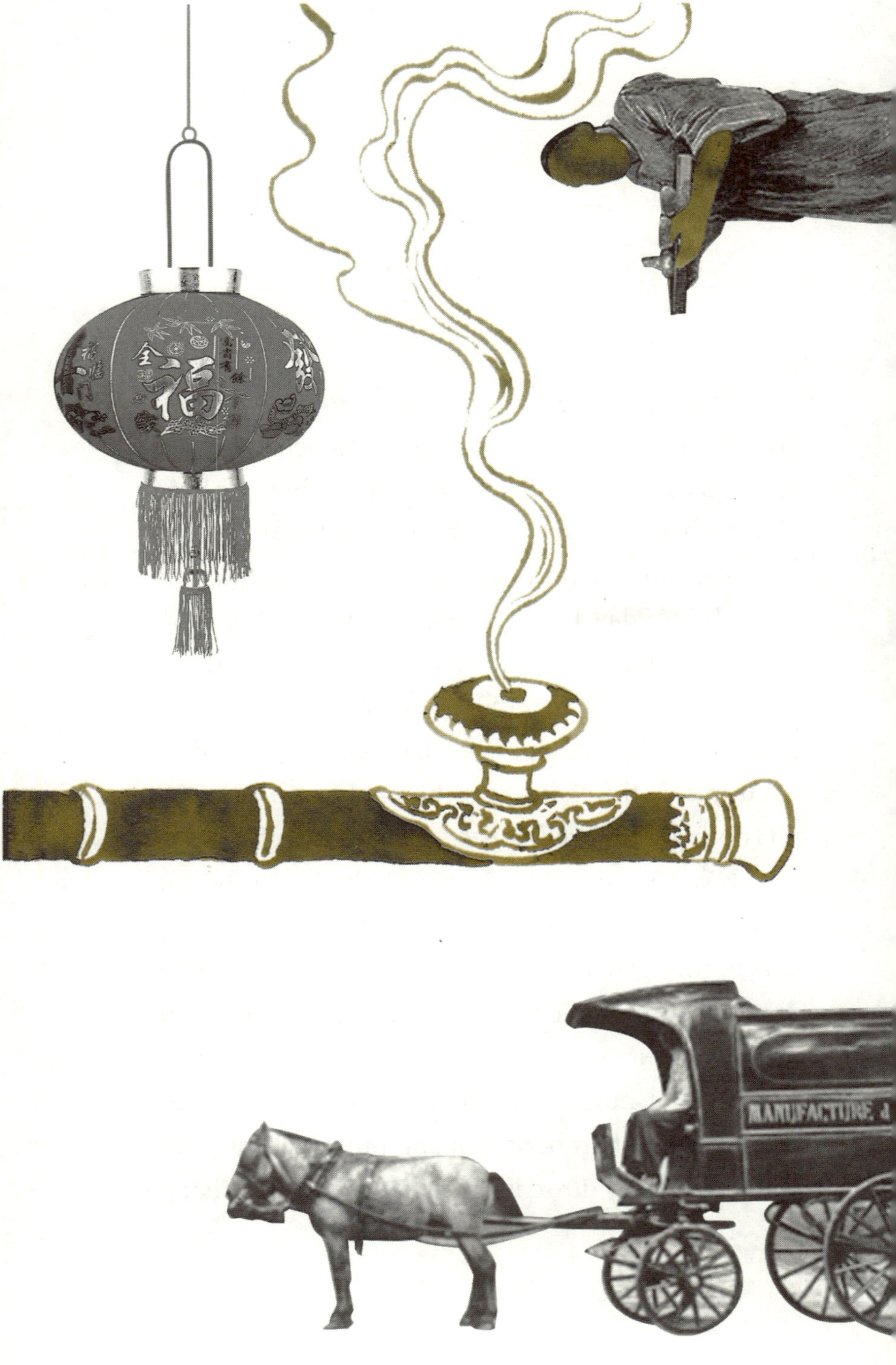
福
MANUFACTURE d

lượt. Cái khăn ấy, ông Quynh nhà tôi chỉ cầm ở tay lấy điệu, chứ tôi chưa bao giờ thấy ông đội nó lên đầu. Đầu *lúy* ấy a? Tóc lông cò mái tóc gọng kính và tóc gáy cụp chân xoắn vào như tóc các nhà thầy xấu chân máu. Nước da thì bợt ra như sắc mặt một thằng chết đường bị sương móc làm nhợt bệch ra từ hôm trước, mắt trắng dã, môi thâm sì. Cái thứ môi thâm dày cặp nướng chả được, mỗi lúc cười huếch ra, lại để lộ ra ít cái răng đen hạt huyền múi na; cái bựa răng ấy mà làm chất gắn chân *muỗi Sài Gòn* tàn diêm, thì có đốt chết cả một toán lính cũng còn thừa vô khối. Kinh nhất là cái hơi người ông ta. Khé lèn lẹt. Lại còn mùi thuốc xái nữa. Phải cứ lướt qua người ông Ba Quynh là đủ biết ông ấy nghiện ngập. Khói ngọn đèn dầu lạc tẩm mãi cái áo của ông đến nỗi gọi áo là giẻ lau thì tủi cho ông quá, nhưng tưởng cũng không biết có danh từ nào đúng hơn được. Lại còn những cái móng tay thì là sự kiệt tác của bẩn thỉu. Trong mười đầu móng để tang, cố cậy ra mà lại viên thành một cục lớn thì có nhẽ được đến mấy đồng cân cáu ghét ba thứ rượu, xái, dầu hỏa lại.

Đấy một người như thế, đi qua Hàng Đào, thấy tôi ở trong nhà cụ Cả mà dám nhảy vào nói chuyện với tôi thì đã giết tôi hay chưa? Thật sớm ngày chủ nhật, đứng ở cửa Gô-đa, bị một cô đào Ngã Tư Sở mặc áo cổ bánh bao bánh tẻ, nhoẻn miệng chào cũng không đến nỗi phải sượng mặt bằng. Lại còn thêm cái phiền này nữa. Xưa nay nhà cụ Cả, vẫn ngờ tôi ăn thuốc và nghiện rồi. Tôi chối đây đẩy mà không ai tin. Bây giờ cái bố Quynh này vào đây là hại tôi cho chết rồi còn gì. Thứ người mặt bấm ra thuốc phiện được, đi ra đường nhà Đoan trông thấy là phải bắt ngay, thì chối cãi làm sao? Ờ, không là bạn nghiện thì sao tôi lại quen ông ta, chơi với ông ta để cho ông ta vào tận nhà đây mà chèo kéo hả? Ông Quynh quả là người giết tôi không cần đến gươm dao.

Thế mà ông còn định gắn đít vào cái đôn sứ nhà cụ Cả để uống cho tàn một ấm trà mạn ướp sen. Chắc là hôm qua hút nhiều, háo nên uống cứ chén tống một. Tôi đã vội lạy cụ Cả xin về, kéo ông Quynh ra đường.

- Bác định làm cái điệu gì, mà tìm tôi ở đây. Phiền quá!

Ông Quynh dúm cả cái người bé nhỏ của ông lại , tỏ vẻ nhận lỗi đã làm một việc phương hại đến tôi.

- Tôi rất lấy làm hối hận. Tôi biết vào nói chuyện cùng ông anh ở đây là không nên. Nhưng giá xét lại được cho nhau một chút, thì tôi hút bữa thuốc trưa nay mới không đến nỗi nhạt phèo.

Tay ông vẫn cầm một chiếc dọc tẩu, cuốn vào trong tờ giấy nhật trình không phủ kín hết cái ống hút. Ông Quynh nhìn mãi mũi giày tàu và cái ngón chân cái giao chỉ đang chọc thủng giày mình.

- Chắc là bác cần hỏi tôi điều gì khẩn cấp? Cái số tiền của B. thiếu, tôi đã bảo hắn đưa lại ngay cho đủ để bác dùng rồi. Thế hắn vẫn tránh mặt à?

- Không. Tôi nhận đủ đã lâu rồi. Tôi định nói với ông anh, chuyện khác kia. Chuyện vui.

Ông Ba Quynh nhìn tôi, cười:

- Số là đàn em vừa mở một cái tiệm. Sạch sẽ lắm. Có cổng bên đi riêng. Đèn điện thắp cả đêm. Đèn xem sách cũng có. Ba thằng nhỏ. Năm giường rộng, không kể giường đong thuốc và đánh xái của tôi.

- Thôi tôi cũng mừng cho bác.

- Để tôi nói nốt. Cái dọc hút toàn thuốc có bảy mấu trúc Thất Hiền Quyến, chửa bụng, bão đăng, tôi cũng đã lấy được về rồi. Mặt tẩu có hai chiếc Tiên Tiên, một chiếc Thanh Thảo, một chiếc Vân Nam dáng nấm lục lăng và còn thì toàn tẩu Trúc Phong Thái Cổ, hút đến đâu đều tách xái đến đấy.

- Biết rồi. Khá lắm rồi. Nhưng mà để lúc khác hãy nói chuyện con cà con kê. Giờ tôi vội lắm. Ở đâu?

- Xế cửa nhà bà Hai Quả Đào, ngõ Hàng Mãn ấy mà.

- Ngõ Hàng Mãn nào? Bà Hai Quả Đào nào?

- Tức là ngõ La Tật, đâm thẳng từ nhà Vạn Bảo ra phố Hàng Buồm.

- Thôi được. Tôi nhớ rồi.

- Nhưng mà bao giờ ông lại chơi?

- Thì lúc nào rỗi rãi, tôi sẽ lại.

- Không được. Tôi muốn ông anh sốt sắng hơn lên kia.

Vẫn giữa cái phố Hàng Đào buôn bán to, rất nhiều người lịch sự qua lại như nước chảy hai dòng xuôi ngược, vẫn giữa cái phố Hàng Đào rất "nhĩ mục quan chiêm"[1], ông Ba Quynh, một tay hoa mãi cái dọc tẩu đã tòi hẳn ra ngoài giấy nhật trình, một tay nắm lấy cổ áo tôi và lè nhè:

- Ngày mai, tiệm của đàn em làm lễ khai đăng đấy ông anh ạ. Xin ông anh nhận lời tới cho, châm hộ cho đệ một ngọn đèn cho nó đỏ bấc thì quý hóa lắm. Cái vía ông anh đệ vẫn biết lành lắm.

Tôi ừ ừ à à cho xong. Giả vờ đứng dính mũi vào tủ kính một hàng tạp hóa, tôi đợi cho ông Ba Quynh rẽ khuất đi rồi mới tiến bước. Nghĩ đến lời

1. Chỗ mà mọi người đều nhìn thấy.

chào mời ân cần của một ông chủ một tiệm thuốc khai trương, tôi nhớ đến hồi mười năm về trước đây, những chủ nhà hát ả đào, vào những ngày tất niên, cầm đến nhà khách quen những hộp mặt kính đựng thuốc lá guộn có đính nhẫn con bướm trang kim và nhí nhoẻn: "Thế nào, mùng một anh cũng xuống mở quả mứt để cho các dì nó mừng tuổi và để em hát một câu chúc thọ nhá!" Rồi tôi lại nghĩ đến chuyện người ta lựa chọn những người quen có vía lành tốt, dặn sẵn trong năm, để ngày Tết Nguyên đán đến xông đất cho cả nhà người ta được vạn sự như ý trong một năm.

Ông Ba Quynh bảo tôi có cái vía lành.

Biết thế nào là lành? Vì tôi có một cái vía lành, ông Ba Quynh cậy tôi đến tiệm ông, thắp một ngọn đèn dầu lạc, cho nó đỏ ngọn vào một ngày khai trương hồng phát. Trời ôi, thế ra ngẫm cho kỹ, cái giá người tôi cũng chỉ là giá trị một người cô đào rượu được nhà chủ và chị em bầu lên để cáng lấy việc mỗi khi nhà có khách uống rượu phải bày ra lên chiếu, cái mâm vỉ gỗ mà thôi. Người cô đào rượu lành tính, mát tay, người ta giao phó cho việc mở nút chai rượu ty, đổ nó vào bát ô tô, lau mười cái thìa sứ, mời mọc quan viên vào tiệc, bởi vì thói mê tín trong giáo phường đã chứng tỏ rằng khi nào cứ đến đào nương ấy dọn rượu thì không có ai mửa, chửi rủa người nhà, đập phá đồ vật và người. Nhờ đến tôi châm một con bấc dầu lạc khánh thành cái tiệm hút của ông, ông Ba Quynh muốn nhờ cái vía của tôi để tránh cho mai sau những trường hợp hút chịu quỵt tiền sổ và mất mát diện tẩu và dọc móc chăng?

Tôi buồn buồn, tủi tủi với những ý nghĩ vừa qua. Thì, vẫn còn lẩn lút ở phố này làm gì nữa, ông Ba Quynh, ở đâu, lại chạy lại. Gì thế kia nữa? Lại còn gửi gắm gì nữa hở! Ông Ba Quynh thở hồng hộc, móc túi áo vạt con, đưa cho tôi đến mươi cái danh thiếp:

- Suýt nữa quên không đưa ông anh ít tấm *các* này. Đây là những tấm các mời khách; ông anh gặp các bạn hữu hay chơi, thỉnh thoảng thích dùng một vài điếu lúc tửu hậu trà dư, xin ông anh trao hộ cho và nói thêm vào cho vài lời giới thiệu. Họ đến càng đông tôi càng có phận nhờ. Đa đa ích thiện.

Ông cười như một người ngậm ngải vào rừng tìm kỳ[1], lúc quá ngày quên đường về, hóa điên xé quần áo và cười nhảy như người rừng giữa sơn cước. Tôi cầm một tấm các, đọc. Đấy là tấm bìa giấy, có đánh máy chữ:

1. Tức kỳ nam, một loại trầm hương chứa nhiều tinh dầu, có giá trị cao.

**Nguyễn Văn Quynh**
*Salon de thé*
*đầu vẹo phố La Tật và ngõ Gạch*
HÀ NỘI

Tôi đã tìm những bạn đồng nghiệp cầm bút và đánh tiếng hộ cho ông Ba Quynh. Nhìn đến cái địa chỉ là ngõ Hàng Mãn, nhiều ông bạn phóng viên thuộc các phường các phố Hà Nội như là rõ mười ngón tay của mình, đã bĩu môi:

- Thế là cái tiệm thuốc mới này ở xế cửa một nhà thổ có số hiệu đỏ của nhà nước. Ồn lắm đấy mày ạ. Rồi mỗi lúc đi qua, tha hồ mà đụng chạm với các *[Kiểm duyệt bỏ]* đĩ du côn cầm giấy. Chả chơi. Thiếu gì chỗ khác *[Kiểm duyệt bỏ]*.

Tôi vội nói vun vào:

- Lão Ba Quynh thú vị lắm. Truyện cổ tích của Hà Nội, lão biết cứ vanh vách. Lão là một tập ký ức sống của Hà Nội từ 1890 trở về đây. Tha hồ mà hỏi tài liệu.

*[Kiểm duyệt bỏ]*

Còn tiệm, *[Kiểm duyệt bỏ]* cũng dọn tạm ở đấy thôi. Tôi sẽ bảo hắn tìm nhà khác.

Đêm hôm ấy, tôi đã tìm đến ông Ba Quynh đúng lời hẹn, để khánh thành cái tiệm thuốc mới ra mắt với người đời – đời ghiền. Chủ nhân, chừng như chờ đợi tôi lắm, đã khăn lượt áo thâm, đứng chờ ở cầu thang gác, lấy cả hai bàn tay xòe đen những xái, nắm lấy cổ tay áo rất trắng của tôi rung lắc mãi. Tôi vênh cái mặt hốc hác của tôi lên, *[Kiểm duyệt bỏ]*. Ông Ba Quynh quát bồi tiệm dọn cho tôi một cái giường ở chỗ góc là chỗ mát mẻ, rộng rãi nhất. Ba tên bồi chạy cứ tíu cả lên, va đụng vào nhau đến vấp, suýt đổ cả bình phong. Tôi móc bao diêm, trịnh trọng quẹt một que lửa, gí vào bấc cỗ đèn nơi chụp, nửa trong nửa mờ có bốn chữ lệ: *Lưu hương biệt thự*. Phía giường đối diện, là một bà *[Kiểm duyệt bỏ]* không ra trẻ và cũng không ra già, nằm vắt chân lên nhau, xiêm áo xốc xếch hết. Ông Ba Quynh, ghé vào mạn thành bục hút sơn son có hàng con triện hồi văn thiếp vàng. Có lẽ cái bà *[Kiểm duyệt bỏ]* kia và tôi là hai thượng khách của ông Ba Quynh, bởi vì trong số năm cái bục hút, chỉ có hai chiếc là sơn son thiếp vàng. Bà *[Kiểm duyệt bỏ]* một; tôi một. Tôi lừ mắt, liếc sang phía sập son bà *[Kiểm duyệt bỏ]* và ngắc đầu có ý hỏi chủ nhân xem "nàng" là ai. Ông Ba Quynh tủm tỉm ghé mồm vào tai tôi:

- Suỵt! Bạn hàng cũ.

*[Kiểm duyệt bỏ]*

chưa đăng ai cả. Bà ta hút sổ. Tôi vừa mở một cái *compte*[1] cho bà ta đấy. Tên ấy à! Người ta thường gọi là cô Phin.

Ông Ba Quynh đổi giọng, gọi bồi, nghe oai và sang lạ:

- Ấy ơi, có đứa nào hầu ở ngoài ấy không?

Hai tên bồi trông linh lợi – linh lợi như những đứa có cái chất ăn cắp và xỏ vặt và ma cô ở trong người – chạy đến rất nhanh, như vồ lấy chủ nhân hắn đang thông điếu thuốc lào.

- À, chúng mày mang ấm chén con lại đây, tao pha trà tàu ông tham xơi. Và từ rày về sau, khi nào ông tham đây tới chơi, thằng Năm phải hầu thuốc nghe! Quan bác ưng cái thằng Năm này chứ? Hắn sạch và cẩn thận.

Vậy là khi không, tôi được cái hàm tham biện tuy ông Ba Quynh cũng thừa hiểu không bao giờ tôi làm việc nhà nước. Và tôi có riêng một thằng Năm sạch sẽ hầu tôi mỗi khi tôi tới đấy hút thuốc. Tôi sung sướng; người ta khi được biệt đãi như thế ở tiệm cũng là một điều nên ngẫm nghĩ.

---

1. Sổ ghi.

Tôi hút hai điếu. Ông Ba Quynh hút một rồi xin đứng dậy, trông nom hàng trong ngày mở cửa đón khách. Tôi vội níu ông lại, gí vào tay ông một cặp giấy và hỏi:

- Cái này bác xem xem nó như thế nào?

Đấy là những ảnh

*[Kiểm duyệt bỏ]*

vừa in toàn đen, vừa in các màu xanh đỏ, mà tôi đã xé được ở các tạp chí *Sex-appeal, Lire à deux, Paris magazine*. Sự bài trí trong phòng một hiệu cắt tóc, cạo râu rất tráng lệ kia, hôm vừa rồi đã gợi cho tôi cái ý muốn làm quà cho ông Ba Quynh những ảnh này để ông làm *sous-verre*[1]. Ông Ba Quynh mừng quýnh:

- Quan bác chu đáo quá. Ra người chơi rộng có khác. Nghĩ hộ cả cho đàn em đến những cái này, thì quý hóa quá. Đệ đã nghĩ đến ảnh này mà chưa biết xoay vào đâu. Thật là may quá. Những của này mà lồng kính, treo lên đầu các giường, mỗi giường độ hai tấm, hút thuốc say rồi mà mơ mộng, thì có mà chết ngất cả. Tha hồ mà say!

1. Ảnh lồng kính, cũng gọi là ảnh xú-ve.

Tôi cười khì khì để chủ nhân nghĩ thêm ra được một vài cần dùng nữa trong cái cửa hàng chưa được đầy đủ về một vài mặt.

- Này ông anh kiếm cho đệ một ít truyện kiếm hiệp nữa. Độ dăm pho *Quái kiệt, Dao bay, Đảng hú hồn kiếm sĩ* hay là cái quái gì gần như thế. Những thứ tên truyện ấy, nhớ thế nào cho rõ, cho hết được. Và ít tạp chí cũ có ảnh. Những thứ nào đằng tòa báo loại bỏ đi ấy mà. Cứ vứt đến đây cho khách hàng của đệ nghiền ngẫm những lúc no say và còn muốn nằm mãi để giết thời giờ.

- Nói đến giết thời giờ thì còn ai bền và kéo dài bằng dân *ken cờ*. Này, ông Ba ngộ như tiệm ta chỉ có năm giường, lúc có thêm khách tiến vào đông mà vẫn có những bố không biết thương người, nằm ám quẻ mãi?

- Muốn giữ khách lại thì mới khó, chứ muốn đuổi thì dễ lắm. Lấy dọc đi, đổi đèn xấu vào đèn đang sáng, lấy kéo, hoặc là mượn cái gối. A, hãy nói đến thí dụ này. Không có gối, ông nằm mãi chăng?

Hà, hà.

Năm giường hút, giờ đều có khách cả. Ở mỗi giường, chủ nhân đều sà xuống ngồi đưa đẩy vài câu chuyện kết giao. Một giường đã xong, khách hàng lúc trả tiền, nói cười lả lơi:

- Chả nhẽ, mới mở hàng, lại đi hút chịu. Được rồi để tôi đánh tiếng cho, còn chỗ lẻ ông cho hộ cậu bồi.

Ông Ba Quynh lại đưa cho khách đến mười tấm danh thiếp có chữ *salon de thé* thay vào cái dòng chữ in nói về nghề nghiệp đứng dưới tên tuổi một nơi lá thiếp danh.

- Không đứa nào cầm đèn để ông xuống cầu thang à. Nhà này phải cái cầu thang dốc quá và tối quá.

Ông Ba Quynh quên nói rằng cầu thang hôi thối quá, ướt át quá nữa. Vì ban nãy, lúc tôi vội vã lên, tôi đã giẫm phải một viên gạch long đường vôi miết, nước phọt vào thấu háng và đẫm cả đũng quần và cái ống máng gạch ở phía trên cửa cầu thang, đã vỡ, rỉ mấy giọt nước đặc vào đầu tôi. Tôi sờ tay lên đầu, gí tay vào mũi, có mùi thum thủm như nước gạo và nhầy nhầy như mỡ chậu nước rửa bát mùa đông tháng giá.

Đồng hồ mới điểm có chín giờ tối. Trái với lệ thường, tôi đã muốn về. Vì cái đầu tôi ngứa ngáy vô cùng. Mấy giọt nước máng cống rỏ vào khi nãy, giục tôi nên đi ngay để tìm ngay một tiệm hớt tóc. Quá chín giờ, sợ các hiệu đóng cửa hết, thì tôi mang cái đầu bửn của tôi, biết nhờ cậy ai tẩy uế hộ nó cho để mà đêm nay ngủ cho êm thấm được. Suy một cái bực mình lẩn quất trong chùm tóc trên đầu tôi, một buổi khánh thành tiệm hút ông Ba Quynh.

*[Kiểm duyệt bỏ]*

Trước khi chào chủ nhân ra về, tôi còn ngồi bên cái giường đánh xái của ông Ba hỏi ông ít tiểu tiết về nghề nghiệp. Cái giường này thực là một tổng hành doanh của một đại tướng. Cái giá gác đến gần chục cái dọc tẩu, y như một cái giá gác các thứ kiếm và súng, cờ lệnh, cờ tuyết mao. Dọc tẩu đủ loài sề-tống-củn, trúc huyền, đồi mồi, đồng lưỡng đoạn, cái thư, cái hùng, lại còn một cái dọc bằng gỗ cây ớt để riêng cho những người có chứng đau bụng kinh niên dùng nữa. Cối đồng đong thuốc để ở khay đèn trung ương xếp thành hàng dài, bên một cái bàn toán, con toán bằng hạt cườm cườm, mỗi lúc có ai gọi lấy thêm một cối thì chủ nhân lại lấy mũi tiêm gạt hạt cườm cườm kêu đánh tách một cái. Một vị nguyên soái, trong bộ tham mưu, mỗi lúc dò sự tiến quân, mỗi lúc cắm một lá cờ con lên chiến tuyến hành quân ở bức họa đồ nhà binh, tưởng cũng không nghiêm trọng bằng. Bên ánh ngọn đèn xanh, ông Ba truyền lệnh cho bồi đánh những con xái nạm thầu dài bằng sợi rau muống cạn. Ở trên cái giường chủ tiệm này, ở trên trần có một cái lọng rủ quả bông đủ năm màu. Chỉ còn thiếu có cây phất trần và vài chiếc quạt vả nữa, thì cái khu giường ông Ba Quynh sẽ biến thành chỗ ngồi của một ông đại thần cáo lão.

- Này, thế bác nộp thuế nhà nước với nhà Đoan như thế nào?

- A, hai mươi hai đồng năm hào. *Salon de thé* hạng tư. Năm giường. Tức là có năm mâm hút. Trước kia thì có mười sáu đồng mấy hào thôi. Người ta cứ trông số khay đèn mà đánh thuế. Khai man thế nào được.

*[Kiểm duyệt bỏ]*

- Thế hạng nhất thì mấy chục?

- Chả rõ. Nhưng đánh vào loại hạng nhất thì như là tiệm mụ *[Kiểm duyệt bỏ]* phố B. N. ấy. Và *salon de thé* vào loại hạng nhì thì như là nhà bà đốc Tr. ấy. To tiền lắm.

- Ngoài khoản này, thường có phải những cái gì khác nữa cho sự duy trì của tiệm?

- Không nói đến khoản thuốc phải có sổ lấy ở sở Đoan hoặc ở cờ bài, tôi phải lo cả đến đóm, đến cái đám than đun nước uống. Than luyện mỗi ngày đốt tới hai trăm hòn. Cứ sáu xu một trăm viên. Mình giữ được khách không những chỉ ở chỗ dọc tốt, tẩu tốt, đèn tốt, thuốc không pha, đong đủ, bồi hầu cẩn thận, mà lại còn ở chỗ cái ấm nước trà hạt nụ cho ngon, lúc nào cũng nóng cháy cổ. À, nhân nói đến pha trà hạt nụ, tôi phải nhắc đến cái dân Hàng Bạc mới được. Thế gian chưa có ai pha trà hạt nụ giỏi ngon và bền trà bằng dân Châu Khê – người Hàng Bạc vốn là dân Châu Khê đến ngụ vì lập nghiệp ở Hàng Bạc. Tôi tưởng chỉ có xái thuốc là có bao thôi. Té ra là cả bã trà bao nữa. Vẫn giữ bã cũ pha cho khách uống, không chịu thay ấm khác, nhưng cho thêm một dúm trà mới vào cho nó có tí tị hương. Thế gọi là trà bao. Nhưng bao khéo thì trà vẫn không có mùi nồng. Ông thử uống chén này xem. Nào trà nguyên ấm hay là bao nào? Hề, hề! Lại còn đóm ăn thuốc lào nữa. Cứ cái thứ đóm bồ đề của nhà máy diêm nó loại ra mà mua lại là thú hơn hết. Gỗ bồ đề lấy ở các rừng Tuyên Quang, Thái Nguyên về, nó ngâm ở hồ ao vùng huyện Thanh Trì ấy chứ đâu nữa. Sao mà hay hỏi kỹ thế? Định cũng mở tiệm để cướp khách của đàn em này hay sao đấy?

Tôi với ông Ba Quynh cười, chúc nhau một đêm tốt và từ giã nhau trong cái hơi thán khí của mấy chục viên than luyện đang cháy và hình hai cái ấm đồng nước sôi to gần bằng cái ấm đồng chế nước trà ở hiệu cao lâu Đông Hưng Viên, trong cái làn khói hỏa mù của tiệm đã đông người nằm, vào một ngày khai trương hồng phát.

# MỘT ÔNG ẤM CUỐI MÙA

Tôi phải nói ngay rằng ông ấm X. là một người nghiện thuốc phiện phong lưu nhất trong cái số bạn nghiện tôi được biết từ trước tới giờ, nghĩa là trước mười năm nay, từ cái ngày tôi còn là một gã thư sinh mặt trắng, ngậm lấy dọc tẩu lần đầu tiên hút một điếu thuốc để cho thuốc tắc tị sùi cháy trên ngọn đèn không lệch, để thổi một cách vụng về cho tắt luôn ngọn đèn, để người tiêm thuốc trừng mắt lên mắng yêu tôi là một tên ngờ nghệch trong việc hút. Lẽ cố nhiên!

Ông ấm X. là cái còn sót lại của một cái gì sắp hết nhẵn. Giữa thời đại mới, ông là một thứ người cũ. Ông lạc loài vào giữa phong hội mới để làm một người đại biểu xoàng xĩnh cho cái thế hệ đã sắp chấm dấu hết. Thấy ông sống, chúng ta lại liên tưởng đến những ông ký lục già, những ông tú tài các khoa cuối cùng được cải bổ vào ngạch tòa sứ Trung Bắc lưỡng kỳ, mà ngày nay còn lại được vị nào là nhà nước Bảo hộ dùng cho hết thôi chứ không có lấy thêm nữa.

Không rõ ông ấm X. hút điếu thuốc thứ nhất vào thời kỳ nào, bởi duyên cớ gì (ai hút thuốc, điếu thuốc trước tiên mà chẳng có duyên cớ?), nhưng từ khi tôi được ông ấm nhận cho vào trong sự thân mật giao tình, tôi đã thấy ông hút dữ dội như một người mại bản[1] Khách. Tôi còn nhớ, lần đầu tiên tới chơi ông, mê truyện cổ tích của ông, nằm chơi đến sũng giường chiếu nhà ông liền ba đêm hai ngày, lúc ra về cái áo trắng dài cổ đứng hồ cứng của tôi đã thành ra nhuộm vàng. Khói thuốc trong phòng hút của ông ấm, dày đặc có như sương khí núi các vùng thung lũng tại Mán Mường.

Trong mấy năm đi lại với ông, chưa bao giờ tôi thấy cái cóng sừng đựng thuốc của ông phải vợi. Bên cái khay đèn có thành có quách, có văn kỷ lắp kính mờ khảm lan cúc trúc mai phủ kín bàn đèn như một cái lồng bàn đặc, mỗi khi xong bữa thuốc bao giờ ở chân giường cũng có những thực phẩm tẩm bổ, mùa nào thức ấy. Ông hút xong bữa thuốc, cẩn thận lấy bày lên văn kỷ những bát đĩa nhỏ nhắn như đồ sứ trong nội, bảo tôi cùng chia ăn với ông:

- Ra cậu cũng tốt lộc. Hôm nào cũng gặp chân

1. Môi giới buôn bán.

vị. Chúng ta cùng là một dòng mạch phong lưu. Chén đi.

Câu nói này về sau ông ấm X. phải bỏ hẳn mỗi lúc mời tôi cùng nếm những món ăn bổ âm hoặc mặn hoặc ngọt. Chừng như ông đã nhận thấy nó là sáo ngữ. Bởi vì lúc nào, ngày nào cạnh bàn đèn nhà ông cũng có sẵn những món ăn ngon và cầu kỳ. Nếu không là một bát yến hấp đường phèn, một chén chè cùi nhãn lồng lấy sen làm hột, thì là một con gà ác đem tần với ý dĩ trắng, một liễn bóng sống thả mươi quả trứng gà lộn gần thành hình chim con v.v. Có lẽ cái người vô danh thị kia đã được ở gần ông ấm X. rồi sau đó mới làm ra bài phú thuốc phiện, có những câu:

*Mùng xuyến lỗ, rèm thêu tam hựu, nệm kim quy, chăn cù, gối xếp, làng xa mã nghênh ngang,*
*Xe cam lộ, tẩu dáng lục lăng, bàn tê giác, tiêm bạc, móc thần, khách tài tình nghiêng ngửa.*
*Đèn pha lê miếng trám miếng huỳnh,*
*Khay vân mẫu nhất thi nhất họa.*
*Năm canh những Bạch thơm Cống nặng, tưởng đến câu vưu vật di nhân,*
*Bốn mùa đều gió mát trăng thanh, sao bằng cảnh dương xuân triệu ngã.*

*Ngọn đèn thay nhật nguyệt hai vừng,*
*Chiếc điếu hợp long vân mọi vẻ.*
*Giải khát sẵn đường phèn đường phổi, trà ô long hương mộc thanh kỳ,*
*Nhuận trường có bánh ngọt bánh bùi, cháo yến huyết bột đao mát mẻ.*
*Lúc phong lưu nghĩ cũng nên đời,*
...

Tả đến hình dáng, mặt mũi người nghiện ngập, người ta thường nói độc, nói mát:

- Thằng ấy, trông ảnh cũng biết là nghiện.

- Mặt ông ấy, bấm cứ vọt thuốc ra từng tia một.

- Trông thấy hắn, là nhà Đoan bắt ngay búng ra xái được.

- Mặt với mũi gì mà gác được cả diện tẩu lên!

Ông ấm X. sống để hút và hút để cải chính những lời chỉ tên điểm mặt ông cách dè bỉu kia. Mặt ông hồng hào, môi ông đỏ, răng trắng, mắt sáng, móng tay không để tang. Thật là mặt một ông ấm phong lưu.

Nhiều hôm say sưa cao hứng, ông gọi người nhà quạt than cho hồng để gây một đỉnh trầm. Đã thú chưa! Khói trầm, khói thuốc kín phòng, cứ đùn đùn lên, muỗi cứ rầu cả cánh lại mà rơi rụng xuống như bụi tàn vàng hóa. Ông ấm X. chỉ hai làn khói thơm giao nhau trên sập hút:

- Tôi nghiệm ra người Tây phương không biết cái thú chơi khói. Cậu chịu khó đứng dậy, ra chỗ cầu chì ở góc kia, bật cái ngọn đèn điện lên cho nó có vẻ Tết một tị, ở ngoài, hình như trời vẫn mưa phải không? Tôi bây giờ không phải là tạ khách, đoạn tuyệt hết với bạn bè cũ. Nhưng đi ra ngoài, tôi ngại lắm. Cóng thuốc thì đầy, chăn len thì ấm, trừ phi có giặc đến thì không kể, chứ phải tội vạ gì mà đi đâu.

Thế rồi ông nằm xem truyện *Liêu trai* chữ nho.

Say thuốc rồi mà xem *Liêu trai* thì nhất. Đáng tiếc cho những người có chữ Hán, biết thưởng thức Bồ Tùng Linh mà không biết chơi a phiến.

Thế rồi hết Liêu Trai, ông lại đọc *Tam quốc* nguyên văn.

- Xem *Tam quốc* chữ Hán thú vị lắm. Các cậu ít chữ Hán, cứ phải đọc văn dịch, không thể lĩnh hội được hết cái hay. Cái lão Nghiêm Xuân Lãm dịch *Tam quốc* láo quá. Có cái bản dịch của ông Phan Kế Bính, xem còn đỡ đỡ.

Ông ấm X. thích nhất cái đoạn Nễ Hành cởi truồng đánh trống, mắng Tào Tháo giữa bàn tiệc. Tôi tỏ ý thích nhất chỗ Hạ Hầu Đôn rút mũi tên ra khỏi mắt, nuốt luôn con ngươi với câu: "Tinh cha huyết mẹ không nên bỏ." Chúng tôi cười hề hề, để ông ấm X. ngâm sang bài phú ả Phiền:

*Sắc vàng tơ nhỏ vẹn lưng ong chạy tẩu, ấy chính danh là Bạch là Cống,*
*Mình mỏng bọt to, sùi mặt quỷ sa đèn, ấy là của trên Ngâu trên Tụ.*
*Tính nguyên thăng tán, trừ phong hàn quyết giật giải hiên kỳ,*
*Vị hữu thanh lương, ôn tì vị ắt cướp công quy phụ.*
*Kìa những kẻ buôn hương bán phấn, nhờ ôn hương mà dụ khách phồn hoa,*
*Bao nhiêu người kế lợi thương công, mượn tỉnh thức để tiện khi tính sổ.*
*Chốn quyền môn quý khách càng chen,*
*Đoàn vũ nữ ca nhi cũng mộ.*
*Cũng có kẻ giận công danh trắc trở bạn cùng người cho khuây nợ tang bồng,*
*Lại có người buồn quê quán xa xôi, chơi cùng người cho khuây niềm vân thụ.*

Đọc xong câu phú này, tôi nhận thấy ông ấm X. thoáng có ý buồn. Thường nhiều bữa thuốc đang vui đang ngon chả có ai làm cho thất trực tí gì cả, ông ấm lại có những phút buồn xa xôi như thế. Vào những giây phút này, có nhiều hôm ông đã nói xấu vợ ông và lại có ý lấy tôi ra làm người làm chứng cho cuộc đời của ông.

- Tôi lấy nhà tôi cũng là một sự cực chẳng đã. Một người như tôi, chẳng gì cũng là con nhà quan. Một nhà quan lớp trước. Nếu không vì thuốc phiện bắt buộc, còn xơi tôi mới hạ mình đánh bạn chung thân với những thứ người đàn bà làm nghề cô đỡ. Mà sao lại quái thế. Đã có can đảm làm nghề cô đỡ, làm sao lại không dám yêu cái nghề của mình, làm sao lại còn sợ bóng sợ gió những lời tiếng của luân lý cũ, làm sao lại còn dựa vào thân một ông ấm sứt như tôi để mua chuộc lại với dư luận. Tôi vẫn là một ông ấm hiền lành; vợ tôi là một con sa-dờ-phăm[1]. Mặc dầu chúng tôi lấy nhau có cưới xin và nộp treo ở làng.

Tôi biết nói cái gì vào lúc ông ấm X. đã nói xấu vợ ông xong rồi? Tôi rụt rè:

- Thưa ông, tôi tưởng việc vợ chồng nó cũng là duyên số cả.

- Cậu nói chuyện hay nhỉ! Thế nghĩa là việc hôn nhân có như là đánh một tiếng bạc liều? Tôi đã đem giá một gia đình cũ ra mà đánh? Tôi thua. Nhưng nghĩ rằng vợ tôi đã chính thức đem tôi ra làm bung

---

1. Tức *sage femme* (tiếng Pháp), nghĩa là nữ hộ sinh.

xung dư luận, tôi, tôi tội gì mà không đòi lại những quyền lợi đem lại bởi một cái trách nhiệm. Cái trách nhiệm của một ông ấm có một người vợ mở một hộ sinh viện. Hóa cho nên tôi bắt vợ tôi phải trả chỗ đó cho tôi bằng sự thả cửa hút thuốc thừa thãi và ăn uống vô chừng mực. Công việc vợ tôi, tôi không biết đến. Cũng như bạn của tôi lại đây, tôi không bắt vợ tôi phải chào hỏi. Lúc nào thiếu thuốc, thiếu dầu, tôi có quyền to tiếng. Nếu vợ tôi còn cần đến cái giá của tôi để phủ lên cái giá của một nữ khán hộ sinh như một nước sơn danh giá, thì tôi vẫn còn có quyền thắp đèn của vợ tôi, hút thuốc của vợ tôi. Sự chung chạ của tôi là thế.

Trời ôi, nào tôi có biết. Tôi không ngờ một ông ấm X. đọc toàn sách cũ, mà lúc phải xử cảnh nghịch, lại có những ý tưởng thực hành bạo và thật như lối người Âu Mỹ trong quan niệm về đời vật chất. Và ra cái ông ấm X. này hút thuốc phiện bằng những tiếng khóc của đám trẻ con trong cái nhà đỡ đẻ này ở phố K. T. Và tôi, những lúc lại thăm ông ấm, đi qua một cái thang gác có bông, có băng, những lúc phùng trường tác hí[1] hút với ông X., vì một làn khói thuốc mà tôi cũng có dính líu đến lũ hài nhi

1. Phùng trường tác hí: chỉ sự ngẫu nhiên gặp đúng thời điểm.

kế tiếp nhau đến mà khóc cái tiếng khóc đầu tiên ở hộ sinh viện này. Và ra người ta lấy nhau, lắm lúc cũng chỉ là một cuộc đi buôn chung mà hai bên đều có lợi. Và những lúc ngồi chễm chệ trên xe nhà có chuông bấm, bà Nguyễn Thị B., vợ ông ấm X. đi mua thuốc ty hàng mấy chục hộp một, mua thẳng của nhà Đoan có trừ hoa hồng, mỗi khi tiện đường đi mua bông băng, thuốc tím ở nhà bào chế, những lúc sắm thuốc phiện cho chồng như thế, là bà đã tỏ ra là người buôn bán thực thà, còn nhớ chia lãi cho một người có cổ phần với mình.

Một đêm xuân vừa rồi, ông ấm X. đốt rất nhiều trầm, vẫn trong cái gác nhà hộ sinh của người vợ bất đắc dĩ của ông. Hoa thủy tiên nở mãn khai, chè mạn sen đượm hương, hơi trầm ngát bốc ngùn ngụt từ trong ruột đỉnh. À, nói đến cái đỉnh của ông ấm X. làm bằng vỏ đồng những hộp thuốc ty của ông ấm hút từ trước. Cái công sưu tầm và cái tiền mua thuốc hộp, kể cũng đã là nhiều. Ở vai đỉnh có bốn chữ triện. Trông cái đỉnh cổ kính và trang nghiêm lắm. Tôi không đọc nổi bốn chữ triện, nhờ chủ nhân đọc hộ.

- *Phi yến thu lâm*! Đến những nhà nho khá, cũng không đọc được, nữa là cậu.

- Sao lại *Phi yến thu lâm* ở một cái đỉnh? Ngụ ý gì? Điển tích gì? Ông giảng cho.

Ông ấm X. cười một cách tinh quái:

- Chả có điển cố gì cả. Cậu đọc bốn chữ *Phi yến thu lâm* cho thực nhanh, xem nó thành ra câu gì.

Tôi chưa hiểu ý chủ nhân. Nhưng cũng cứ lắp trong mồm, đọc bốn chữ *Phi yến thu lâm* nhận thấy thanh âm lúc nhanh và lơ lớ biến thành câu *Phiện thú lắm*. Tôi phát âm to lên, chủ nhân cả cười.

- Phiện thú lắm. Nghĩa là thế, chứ có ngụ ý và điển tích gì nữa.

Chuyện đang vui, mùi trầm đang ngát, hương trà và hương thủy tiên đang bốc thì tự nhiên ông ấm X. hét rầm người nhà lên:

- Đứa nào vào mà không đóng cái cửa cầu thang lại. Có đứa nào đấy không? Bảo mãi.

Một tiếng đóng cửa kêu rầm, làm tắt luôn cả tiếng một đứa trẻ con đang chào đời ở một gian phòng nhà dưới. Tôi cũng vừa thoáng ngửi thấy mùi lô-bích-kê và mùi thuốc vàng thì ông ấm mặt còn cau có nói luôn:

- Thủy tiên, hương chè sen và trầm mà lẫn với thuốc vàng và mùi kê-din thì có giết người không? Gớm sao cái mùi nó mạnh thế. Cái cảnh tôi, nó có những cái khổ như thế luôn luôn.

Cảnh khổ gây nên bởi mùi thuốc nhà hộ sinh chừng đã qua, ông ấm lại kể tiếp đến những phong vị dễ chịu của người hút thuốc phong lưu. Rồi ông cho tôi xem cái mặt tẩu Thanh Thảo, rất tách xái, rất đắt tiền, rất mát, hút không nóng.

- Gia vô Thanh Thảo tẩu, bất thị thực yên nhân, cậu ạ.

Rồi ông cho tôi xem một cái hột quả trám chạm thủng, chạm một cái thuyền có cửa sổ khoang thuyền mở ra mở vào được. Cái cửa thần linh, cái tác phẩm tiểu xảo ấy của một chú Khách đem từ Hồng Kông sang bán cho ông.

Rồi ông còn lấy một tấm kính hiển vi bắt tôi soi vào một mũi tiêm, thân tiêm có chạm chìm hai dòng thơ Đường thi, nét chữ chạm không nhòe, không mất lấy một cái chấm thủy, một nét mác.

# TIỆM THUỐC VĂN CHƯƠNG

Cái truyện ngắn "Gió hồ" của bạn Đinh viết khéo quá. Anh Đinh nói chuyện gió heo may xô đuổi bèo Nhật Bản trên hồ Tây. Trên mười hai trang giấy bản thảo, chỉ có một luồng gió của mùa thu già. Thỉnh thoảng, cảnh điểm thêm vào một con chim bói cá, một đàn sâm cầm hoặc dăm bảy chiếc nhạn nâu chập chờn trên nước hồ gợn đuổi bắt mấy con vờ vờ. Anh có cho chen vào một câu văn gợi cảm của Paul Valéry: "Gió đã lên. Phải cố mà sống." Truyện viết không có gì cả. Chỉ có gió và gió. Gió chạy trên cuộc sống nhạt nhạt; gió tạt vào lòng một vài cái số phận đã bã ra và còn mãi mãi bẽ bàng với cái tưng bừng của một số người nhận đời là một bữa tiệc lớn mà họ không đến nỗi phải gặm có xương thôi như những người khác bị đến chậm. Truyện viết chỉ có một người chủ động. Người ấy có lẽ là tác giả. Tác giả và cảm giác của tác giả trước đợt gió vi vu trên nước hồ. Trừ một số trí thức có óc phê bình tinh vi, độc giả đọc truyện "Gió hồ" kêu cứ um cả lên. Tôi liên tưởng nghĩ đến cái lối hành văn của Marcel Proust mà lại muốn cười. Trong tập *Đi tìm thời gian lãng phí*, Proust đã dành hai mươi trang liên tiếp chữ cỡ 8 để tả một người cựa mình vật mình trên giường. Những vị độc giả thích những truyện có nhảy ngựa, bắn súng, lửa cháy đỏ cả tiểu thuyết, từ đầu đến cuối, hoặc người trong truyện tiêu tiền cứ phải hàng triệu một, đánh chết thế nào cũng không thưởng thức được những sự quan sát tỉ mỉ rất có giá trị tâm lý này.

Lần ấy, dưới cái truyện ngắn đã làm anh nổi bật lên trong năm văn chương ấy như một ngôi sao Hôm vào lúc hoàng hôn, anh Đinh đề: "Viết tại mái tây Thiên Hương Các, một đêm thu già". Đọc mấy chữ này nghe sướng tai quá. Nghe Tàu lạ. Thư vu tây hiên Thiên Hương Các! Thử dịch ra chữ Hán, nghe xem có sợ không? Tôi không lấy gì làm sợ lắm, nhưng lần ấy, thưởng thức văn anh Đinh – một đêm lạnh, phải đắp áo ba-đờ-xuy hở chân hở vai trong một tiệm Sầm Công – tôi đã tự hỏi: "Có một cái mái tây một tòa lầu Thiên Hương để ngồi rình gió vò nhầu mặt nước hồ và ghi lại cho đúng, thì gì mà hành văn chả hay. Bao giờ cũng cần phải có hoàn cảnh để mượn làm khung cảnh cho tác phẩm sáng tạo. Có gì là lạ.

Mình mà có một tòa Thiên Hương Các, ngồi đấy mà cảm khái thì viết còn có thể dồi dào hơn thế.

Một buổi Đinh gặp tôi ở vườn thư viện, mồm đang nhồm nhoàm chiếc bánh tây ba xu có giắt chả trâu. Anh ngỏ ý muốn nói chuyện lâu với tôi và được nằm mà nói thì tiện hơn. Anh đấm xương sống chỗ thắt lưng, nhăn nhó kêu độ này thận hư, đến quỵ mất.

- Đi xuống dưới này... Xuống cái nhà lầu mà mỗi lúc viết văn tại đấy, được bài nào hay, tôi không quên làm quảng cáo cho nó... Cái Thiên Hương Các mà anh cứ nằn nì muốn được biết ấy mà!

Trên toa tàu điện xuống Bạch Mai, Đinh vui vẻ, tôi vui vẻ. Trí tưởng tượng của tôi đang vẽ một tòa nhà soi mình bên ven hồ, hoặc đầm, hoặc một vũng nước nào, có liễu rủ mành, có cửa sổ tròn, có bao lơn con tiện gỗ sơn son. Tàu xuống gần mãi lại Bạch Mai. Thiên Hương Các ở Bạch Mai, Hoàng Mai! Nhiều màu đẹp lắm đây! Những dư vị của nhiều cảm giác thuộc về thị cảm một ngày xa xôi bỗng vụt nổi dậy trong cường ký của giác quan, chứ không phải là cường ký của trí tuệ. Một bức họa một tấm thảm Ba Tư có những màu tím hoa cà, màu xôi gấc, màu tàn nhang, màu đỏ máu vượn, màu xanh gân tre đằng ngà, màu khói hương, màu cổ đồng, màu đen gỗ mun, màu hồng đỗ quyên, v.v.

Đến chùa Liên, tàu đỗ, chúng tôi xuống. Rồi Đinh tủm tỉm dẫn lộ, đưa tôi vào một tòa nhà gác cửa kín mìn mịt và phải đi vòng ra cửa sau, rồi lên một cái cầu thang gạch. Lại một cái tiệm hút ngoại ô. Không có gì lạ. Tôi chắc là Đinh giữa đường nổi cơn nghiện lên nên vội phải tạt vào tiệm này để kéo mấy điếu đã rồi có đi đâu hãy hay. Bạn tôi hút đã hết hai cối sừng và một con xái già hơn con giun. Người quản lý tiệm có cái sẹo ở cổ, mới làm nghề này, trông nom tiệm giúp một ông bạn mở tiệm giấu tên. Trước kia ông ta bán thịt dê, mở hiệu Tô Vũ ở xóm Hai mươi bốn gian, dịch kiếm hiệp đăng feuilleton rez-de-chaussée[1] cho báo hằng ngày và thỉnh thoảng đi về các tỉnh xép diễn kịch làm phúc, vừa giúp cho các hội từ thiện, vừa là để doanh kim cho sự nhật dụng. Ông quản lý mới vào nghề mà thông thạo quá, những 2đ.50. Có khi hai chữ R. O. về nhà phải viết lấy. Tôi hỏi kỹ hơn, ông vẫn vui lòng cho nghe, nhưng có ý gắt gỏng.

- À, cái đó tùy ở sức tiêu thụ trong khu vực của mình chứ. Ty lớn một ngày được lĩnh tới 700 gr, ty nhỏ 500 gr. À, mở tiệm, việc cần nhất lúc đầu là gây xái. Gây xái, có như gây mẻ. Hai lạng rưỡi thuốc thì

1. Chuyên mục dài kỳ đăng trên báo.

được một lạng xái – một lạng tây ăn hai lạng rưỡi ta; một đằng 100 gr, một đằng 40 gr. Ông tưởng một lạng thuốc đã nhiều lắm à. Bốn mươi nhăm cối ba hào chứ có bao nhiêu.

Ông nghỉ chuyện. Tôi chờ bạn tôi ăn thuốc cho xong đi. Bỗng ông quản lý tiệm, ngồi vụt trở dậy, đố chúng tôi:

- Đố mấy ông biết Hà Nội có bao nhiêu tiệm kể cả thượng hạ lưu, từ tiệm hai bàn đèn cho đến tiệm hai chục bàn đèn? Đố nói cho đúng được.

Có ai biết mà nói. Ông quản lý tự trả lời cho câu hỏi, xòe cả năm cái ngón tay mà móng đều để tang tất cả bằng xái:

- 370. Gần bốn trăm cái tiệm, các ông biết hộ thế cho tôi.

Tôi giục Đinh đã xong rồi thì đi đi thôi. Bạn tôi ngơ ngác rồi cười ngặt nghẹo.

- Đây là Thiên Hương Các chứ còn đâu nữa. Anh chê cái lầu này chăng?

Tôi không hiểu, mặt cứ tễu ra. Tôi bực mình nhìn theo ngón tay Đinh trỏ lên một bức hoành phi nền làm bằng giấy hồng hoàng trên có viết ba chữ đại tự chân phương. Trời ôi, té ra Thiên Hương Các là một cái tiệm hút hạ đẳng ở ngoại ô. Ba chữ lớn rành rành kia. Ra bạn tôi viết những bài văn, rất hay, rất trong trẻo – trong trẻo như pha lê - ở cái lầu nhà này. Nếu các bạn gái đọc văn anh Đinh mà có bị huyễn diệu về ba chữ Thiên Hương Các ghi vào cuối bài, thì cái đó là lỗi ở cái lầu đầy lãng mạn của các bạn. Và cũng nên khen riêng cái ông chủ tiệm ấy đã là một hồn thơ, trong khi đại đa số thương gia nghĩ tên đặt cho cửa hàng mình có giỏi lắm thì cũng chỉ đến những chữ Sinh, Lợi, Quảng, Long, Vạn và cái gì... gì, Ký, Lợi Ký, Quảng Vạn Long, Quảng Ký, v.v.

Khói thuốc phiện là hương của trời. Theo luồng khói ấy mà lên thiên đường. Và có một anh văn sĩ nghiện vẫn nuốt cái khói ấy vào ruột để trả lại bao nhiêu là viên châu, hòn ngọc.

Đinh thích chí vì điều ngộ nhận của tôi đã đến lúc được cải chính bởi hoàn cảnh. Tôi đứng trầm ngâm ở mái lầu tây Thiên Hương Các, nhìn ra một chùm ao chuôm nước đen như nước cống và mỗi đợt gió lướt qua đấy lại gửi vào bụng tôi một ít mùi tanh tanh của bùn lầy và mùi nhạt nhạt của rau muống sống và bèo cái. Khói lửa hơi dóm dưới nhà bếp hun vàng cái tay vịn cầu thang xi-moong lên Thiên Hương Các. Hỡi những người chuộng những danh từ đẹp và kêu và xa xăm mơ mộng, nên coi chừng! Tôi đã biết một cô bạn gái tên là Giáng Hà, mà răng thì vẩu, mặt thì vuông và những lúc a dua mặc áo Lơ-muya thì trông như một cái xe bò mất cả hai bánh, một ngày thi xe hoa.

Bên bàn đèn, tôi nằm còng queo như con tôm rang, nhìn Đinh làm thuốc. Anh tỉ tê:

- Cái đời viết văn của tôi, gom góp các loại lại, đến bây giờ in được ra, kể cũng nhiều lắm. Nhưng chỉ có những bài viết ở nhà này là tôi lấy làm sở nguyện. Nàng thơ của tôi là bà Chúa Nâu. Nhưng phải là bà Chúa Nâu ở Thiên Hương Các. Có nhiều cái tên nó ám ảnh anh lạ. Có nhiều chữ anh không hiểu nghĩa gì cả, nhưng thanh âm của nó thừa sức quyến rũ và cám dỗ anh. Hóa cho nên tôi đã bảo đi bảo lại các anh ấy phải nên thận trọng khi mệnh danh những tác phẩm của mình. Vẫn biết cái tên sách hay không đủ làm cho hay được một cuốn tiểu thuyết dở. Nhưng một cuốn sách viết khéo, mà có cái tên hay thì vẫn "câu" thêm nhiều độc giả. Và nghệ sĩ có những chứng thói riêng mà chính họ cũng không hiểu được. Như Pierre Benoit, lúc đặt tên cho nhân vật truyện bao giờ tên cũng có chữ A đứng đầu.

* * *

Tiệm Thiên Hương Các vỡ đã tới hơn hai năm nay. Và Đinh cũng mất mặt từ ngày ấy. Tôi chỉ còn được làm bạn với anh ở trên trang chữ in các báo chí có anh trợ bút. Kỳ vừa rồi mới lại gặp. Cũng không nồng nàn, vồ vập như mọi người. Thuốc phiện có công dụng làm cho ta lãnh đạm với cuộc sống bên ngoài và buộc ta lẩn hẳn vào cuộc sống bên trong, nếu có tạng của ta là cái chút ít trí thức. Thuốc phiện làm cho mặt Đinh lạnh như tiền và còn làm cho Đinh dài hẳn người ra nữa. Hun đốt mãi thì còn gì mà chả! Có ai đã nhìn kỹ một con rệp khi bị đốt không? Nó dài mình nó ra gấp đôi lần rồi nó nổ đánh bép một cái!

Gặp nhau là y như vào tiệm. Tôi và Đinh chẳng có lần nào sai cả. Trong cái tiệm ông Tr. ở phố Hàng Mã Mây, vào một buổi trưa ấy, tôi nhìn sang cái giường hút góc phòng tối om, thấy một người đứng tuổi đang lúi húi viết. Viết một cách đắm say, tưởng chừng như có phải ngừng lại mà gãi lưng hay gãi vai thì có thể đứt ngay mạch tư tưởng. Người ấy lấy cái gối da đầy mồ hôi của tiệm kê làm *sous-main*[1]. Dưới ánh đèn dầu lạc leo lét vàng cành cạch, người ấy để nghiêng tấm gối xoai xoái vào phía đèn như là một người thợ chạm rọi tấm gỗ khắc theo chiều nghiêng để lần tìm nét trổ. Đinh chỉ tay ra phía ấy hỏi tôi:

1. Tấm lót tay khi viết.

- Có biết ai đấy không? Một yếu nhân trong làng báo Nam Kỳ đấy. Một người đã từng qua Tây.

*[Kiểm duyệt bỏ]*

Hỡi sáu bảy nghìn hay là một vạn độc giả của tờ báo bạn đồng nghiệp đàn anh của tôi, các người có biết cái cách thức và cái tài làm việc của những người viết báo không?

Đinh nói tiếp:

- Chắc ông Đ. đang vội viết để gửi bài cho kịp chuyến tàu tốc hành đi Nam khoảng 5 giờ chiều. Bên Tây, những người viết văn hay lang thang ngoài phố cho mỏi chân rồi sà vào tiệm cà phê vừa viết, vừa nhấm nhót và uống rượu, lúc hứng lên thì viết vào những mảnh đơn nhà hàng lật trái lại. Một người, năm người cùng tới tiệm đó để làm văn. Thế là hiệu cà phê xoàng xĩnh trở nên tiệm cà phê văn chương, tiếng thơm lưu mãi đến thế kỷ sau và phảng phất mãi trên tả ngạn sông Seine. Bên lịch sử văn chương, người ta ghi cái giá trị các tiệm cà phê văn chương ngang với những salon văn chương. Mình không có tiệm cà phê văn chương. Người Á Đông thích nằm hơn là ngồi. Nên người nghệ sĩ ở đây mới gây nên được những cái tiệm thuốc văn chương.

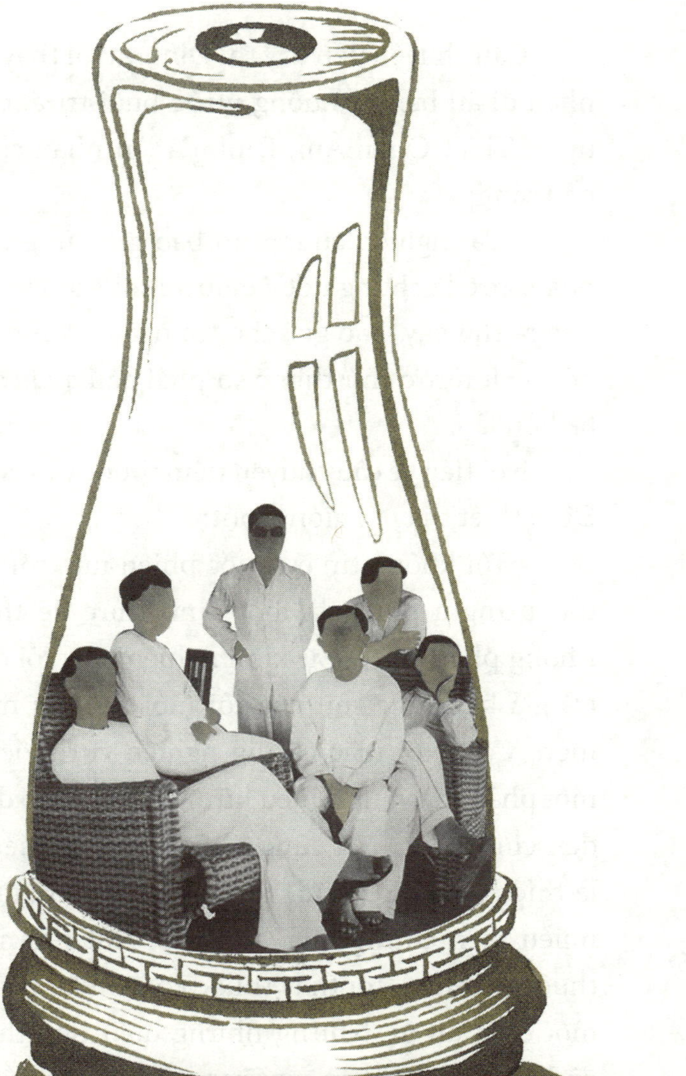

Câu chuyện đến đây thì Đinh và tôi thấy đói, rủ nhau đi ăn bánh và uống nước buổi trưa. Chế ấm nước Thiết Quan Âm, Đinh đã làu nhàu chửi tên hầu sáng:

- Cái nghiệp chúng nó bao giờ cũng thế. Hễ pha nước là chúng dốc ộc nước sôi vào ấm cứ đầy phè ra thế này. Bao giờ cho trà ngấm. Mình có bảo nó chế ít nước chứ thì nó sợ phải hầu *quẩn sủi* đến ba bốn lần.

Nói tiếp về câu chuyện tiệm thuốc văn chương, Đinh thiết tha nói gióng một:

- Tôi không tin ở thuốc phiện nữa rồi. Trước tôi tưởng a phiến là một định thức để thoát ly. Không phải, anh ạ. Sự kinh nghiệm này tôi đã phải trả giá bằng xác thịt của tôi mỗi ngày là mỗi suy mòn. Có lẽ tôi mắc chứng nghiện vì thuốc thì có một phần mà vì tính hiếu hữu và thích giao dịch thì đến chín phần. Mà cũng không phải là hiếu hữu, là thích giao dịch nữa. Tâm hồn tôi phức tạp quá, nhiều biến chứng quá, anh nhỉ! Hút những điếu thuốc đầu tiên, tôi thấy thuốc có đem lại cho mình một chút an ủi. Nhưng những điếu tiếp theo, tôi đã hút không có tín ngưỡng như trước nữa. Hút mà không tìm được lẽ phải của nó, mà để cho tâm óc phải ngày ngày thêm hèn kém, tôi cho cái thảm kịch của người nghiện mang trong người lẫn với tàn tro là ở đấy. Tại làm sao người ta lại không dám thực thà ca tụng thuốc phiện một cách công khai, nếu thực người ta nhận chân thấy cái nhiệm mầu của nó trong cái sở thích của mình? Tôi cho những người ấy là hèn cả. Nếu tôi thấy a phiến đúng là phương thuốc gỡ đau khổ về xác thịt và giúp ích lớn cho tư tưởng giới mình khi mình nhập định lắng mình vào khói thuốc, thì tôi sẽ có can đảm nói to và bào chữa nó. Nhưng không, có những người hút thuốc để ngu độn thêm. Có những người hút thuốc để mất dần cái thông minh trong sạch. Cái đó nó cũng tùy từng cái tạng người. Có những người không nhận được thuốc phiện mà vì lang chạ mãi rồi thành ra tù binh của ả Phiền.

Lúc này mắt Đinh sáng ngời. Tiếng nói của anh là cả sự thiết tha trong lời cầu cứu:

- Tôi dám chắc rằng bây giờ nếu bọn nghệ sĩ chúng ta biết tổ chức lại cuộc đời vật chất, gây lấy một nơi hội họp thay cho những tiệm thuốc thì cuộc đời bọn ta sẽ sáng dần. Có một cái tửu điếm chẳng hạn. Tửu điếm ấy là hình thức cái câu lạc bộ của đám văn sĩ yêu phóng túng tự do và không nặng về gia đình. Chúng ta sẽ bình văn, viết văn, ký sách, chữa bản thảo bài in và thường gặp gỡ ở đấy. Bởi chúng ta không có một cái nhà công cộng cho tử tế nên mới hay chui rúc vào những tiệm thuốc. Một ngày, hai ngày, một điếu, hai điếu, rồi thì thành ra lũ chiến bại hết trong cuộc sống. Bây giờ tôi còn một tí thơm sáng trong lòng, tôi còn nghĩ tới điều này để cải thiện đời sống của mình. Mai mốt thuốc vào sâu quá, tôi xuống quá là tôi đâm ra không cần gì nữa. Thế là vừa.

Hôm ấy chúng tôi thương nhau như chưa bao giờ có. Rồi chúng tôi dự phác một chương trình mở hiệu cao lâu thay cho tiệm thuốc phiện. Cái khó nhất là tìm người thủ quỹ. Vì làm thế nào mà lại có thể bán chịu cho anh em cầm bút được. Chấm hết cho cái mộng cao lâu ấy, chúng tôi cười rất to khi một người nói:

- Cái cô giữ két ở quầy tửu điếm của mình, phải là một thiếu phụ góa dập vào cái kiểu mẫu chính là bà Tương-Phố-giọt-lệ-thu.

# HOA XÁI

Tôi quen ông ký Lượng từ hồi ông còn là ký rượu mở một ty rượu ở gần phủ Hoài. Hồi ấy rượu chỉ toàn là một thứ rượu Phông-ten[1] chứ chưa có những thứ rượu Văn Điển, Vạn Vân. Mỗi tháng ông bán được có hàng bốn năm nghìn lít, kiếm được kể cũng khá. Cứ buôn bán một cách thực thà với cái số rượu tiêu thụ như thế kể cũng đã làm giàu được rồi. Ông ký Lượng lại còn nghĩ thêm được một cách ăn cắp bạn hàng. Mỗi khi dốc rượu ty mình vào chai vào hũ của dân quê đưa đến, ông cho dốc thật mạnh. Nước rượu chảy ồng ộc, nghe vui tai lạ. Nước rượu gần vợi đến cổ chai là ông lại quay ngược chai lại, dựng vào xó. Tốp ấy vào mua xong đã ra, tốp khác lại vào. Hết ngày, vợ ông làm sổ, ông thì ngồi xổm gần lại những chỗ rượu của bạn hàng còn đọng lại trong vỏ chai của ty ông. Bởi vì ông ký Lượng muốn cho nước rượu phải đọng lại như thế nên cứ số độ

1. Tức rượu sản xuất ở công ty do Foutaine (người Pháp) lập ra.

sáu mươi vỏ chai lít thì ông cũng gạn được một lít. Một lít rượu ăn không, ăn cắp của bạn hàng. "Như thế này đỡ nguy hiểm hơn là pha nước lã, mợ ạ." Ông vừa gạn vừa cười bảo vợ ông làm sổ xong, đang nhặt những cái nút rượu bằng thiếc phát cho đàn con làm đồ chơi. Cái công ngồi hàng buổi mà dốc rượu ty mình vào vỏ rượu của người ta mang đến thế nào cho thật có nghệ thuật, rồi tối lại ngồi mà gạn lại, mà vét lại, cái công của ấy thực cũng là công của mồ hôi nước mắt của ông ký Lượng.

*[Kiểm duyệt bỏ]*

Cái gì vào được bằng tiếng sáo thì lại ra khỏi bằng tiếng trống.

Ông ký sau khi đánh đu với tinh, đem hết cả những cái gì bòn được ở đám khố bện để đãi nơi quần hồng, sau khi ấy ông đã bán luôn cả cờ bài và sang tên ty cho người khác. Cái lúc ông ký Lượng bắt đầu lâm vào cảnh ăn mày, tôi chỉ biết có tí thế thôi.

Bỗng một đêm mùa thu vừa rồi, bạn tôi dắt tôi đến một tiệm hút ở đường Hàng Bột. Tôi đã nhận ngay chủ tiệm ấy chính là ông ký rượu phủ Hoài. Bạn tôi, tôi, ông ký Lượng, một bộ ba đang nhìn nhau với ngạc nhiên.

- Ra cái me-xừ Tuân này xông cũng nhiều chỗ lắm. Vu biết rõ chủ nhân, thế mà cứ vờ vĩnh, lúc kéo vào lại còn hỏi những là tiệm của ai, có sạch không... Ồ, bố vờ lạ.

- Lâu lắm mới được gặp lại ông ký đấy nhỉ? Có người trên tỉnh Sơn lại bảo tôi rằng mấy năm nay ông vào trong Bình Định buôn ngựa. Trông ông dạo này khô và xấu đi.

- Hút mà lại. Thế cậu độ này cũng đâm ra chơi cái này rồi đấy à. Hai cụ ở nhà chắc buồn lắm đấy... Dạ xin mời hai ông cùng ngồi tạm xuống đây đã. Cảnh ơi! Con bảo ai quét cái sập trong đi để các ông nằm.

À, lại cả thằng Cảnh nữa! Chính thằng bé Cảnh này trước kia đã học được cách ăn cắp rượu của ông ký, ngày nay, ở Hàng Bột, nó được làm *gérant*[1] tiệm này, nạo tẩu đánh xái, thắp đèn, đưa sổ biên chịu, đóng thuốc, cân thuốc, và có thể lại... pha thuốc nữa. Tôi muốn buồn cười.

- Cuộc đời ra nhỏ hẹp thực ông ký nhỉ!

- Cậu bảo cái gì?

- À, không, ông bảo cho hai anh em chúng tôi hai cối. Lấy thuốc không ấy thôi.

---

1. Người quản lý.

- Cành ơi, hai ông xơi thuốc nước, con lấy cái dọc hoạt nhất ở giữa giá ấy nhá.

Vơi một cối, tôi bỏ bạn tôi nằm đọc tiếp pho truyện *Hỏa thiêu Hồng Liên tự*, la cà sang giường ông ký Lượng. Cái bàn đèn của ông chủ tiệm có khác! Khay rất rộng, có kính dày phủ mặt khay ép xuống một miếng gấm thất thể; chung quanh khay có thành, lại có cả quách nữa. Trong lòng khay, trăm thức bà rằn, trông mà dức cả mắt lên. Những người nghiện ra có tài tham bác thực. Những cái gì là của vứt đi ở chỗ khác, khi họ nhặt được, những lúc họ say thuốc, họ ngồi vừa đốt con muỗi, giết cái rệp, vừa mài, giũa, chắp, nối, ghép thành những đồ dùng được việc trong phạm vi bàn đèn. "Đấng thánh nhân không bỏ một vật gì." Vì có cái khéo léo ấy, ông thánh Lượng nhà tôi đã biết lấy cái *griffe*[1] chao đèn điện làm cái kiềng bếp để cô thuốc trên đèn hút; như cái cục sứ thủng bụng poulie basse của nhà máy đèn dùng chăng dây điện thì dùng làm sao được vào bàn đèn? Dùng để cắm điếu thuốc lá cháy cho nó tắt ngấm đi khi bận bắt lấy đầu dọc. Có cừ không! Đây chỉ là hai cái thí dụ đơn giản con con trong mấy chục cái thí dụ tài tình và phức tạp hơn nữa. Ông ký Lượng còn

1. Cái móc treo.

lắm cái đồ vật cổ quái cồng kềnh hơn nữa. Cái máy hâm nước trà tươi của ông lúc nào cũng nóng vừa phải thì thực là một tác phẩm của tiểu kỹ nghệ.

- Cái tiệm của ông trông sạch mắt lắm. Nghĩ đời ông cũng thú. Ngày xưa đong rượu, giờ đong thuốc. Con người ta kiếm miếng đắp đổi qua ngày giờ mà trong cách mưu sinh giữ được hệ thống như thế là khó lắm đấy ông ký ạ.

Ông ký Lượng, cho là tôi nói có ý nịnh xỏ, nhưng mà cũng đúng lẽ đấy, dúm hai cái môi tướng giặc chết đường lại.

- Ông bảo? Hệ thống! Hệ thống là cái gì? Đây tôi thì chữ nghĩa ít, cậu đừng có chơi chữ nhá. Có cái lão gì hôm nọ vào đây đã hút chịu lại còn gọi xỏ mình là thằng lái buôn hàng đầu độc. Đánh xái đến đất ruột tẩu phải kêu khóc lên mà lại cứ hay nói sang. Lão ta chúa hay kêu đòi chỉ thìu xoe dọc[1].

- Ai hở ông?

- Tên hắn dễ nhớ lắm kia mà. A... a... Cậu bảo hắn chơi thế này này có định làm bố người ta không: hút rất ít, thỉnh thoảng được hôm dắt bạn đến cứ đầy nhà mình lên, thì ông ấy chỉ gọi lấy độ hai cối, một cối mẹ, một cối con cho nó có chuyện, rồi thì là

1. Giấy bản cuộn tròn, khi cháy bốc lên ngọn lửa như que đóm.

ông ấy bỏ một hộp thuốc "thiếu niên" ở trong túi ra, dùi một lỗ, bóp dần thuốc ra hút bằng tiêm, bằng đèn, bằng dầu, bằng dọc và diện của mình. Đến ngay ở khách sạn, có mang rượu đến uống cũng còn phải trả tiền "thuế nút" nữa là.

- Hộp thuốc "thiếu niên"?

- Cái thứ hộp năm nhỏ ấy mà...

Tôi cười rất to, thưởng thức cái danh từ này và đổi làm luôn cho câu chuyện.

- Ở dưới ông có đông khách không?

- Dạo này cũng lèo tèo lắm. Nhưng tôi đã có cách khác. Chứ những không, chứ chỉ trông vào khách hàng như ông Ba Cương – phải rồi, tên cái lão mang thuốc nhà đến đây hút là Ba Cương, làm nghề chủ thầu – chỉ trông vào khách không thôi thì bị gậy đến nơi ngay. Tôi còn phải buôn xái nhất, xái nhì rồi lại đem bán lại cho các tiệm khác.

- Xái? Tôi tưởng ăn thua gì mấy hở ông?

- Cậu tưởng! Theo thời giá 5đ.20 một lạng xái nhất; 4đ.20 một lạng xái nhì. Tôi bán khi được hời giá, có lúc xái nhất tới 6đ.00.

- Làm thế nào mà biết được xái nhất?

Ông ký Lượng tối nay vui tính quá.

*[Kiểm duyệt bỏ]*

cắn một thỏi chè lam, quay sang phía bạn tôi nhồm nhoàm nói:

- Cứ trông cái hoa xái thì biết ngay tốt hay xấu. Hễ hoa xái đỏ cánh gián, béo và nở, chắc, to thì là xái nhất. Xái nhì thì hoa nó hẻo, ít, lép và xuống màu. Thuốc ty thì bao giờ hoa xái cũng chắc và óng hơn là hoa xái thuốc ngang.

- Gặp phải nồm, xái chảy ra hết thì phân biệt thế nào?

- Biết chứ lại. Xái tốt nó chảy đẹp như mật mía láng trong lòng cóng sành. Vả chăng đó là việc của con mắt người có làm đến nghề thì mới tỏ.

Nhân nói đến chuyện buôn và bán xái, buôn cất, bán cất và bán lẻ từng đồng cân nữa, ông ký Lượng lúc cao hứng, khoe luôn rằng ông có một ông quan thầy cũ có lòng thương người đến cực độ.

- Mỗi tháng tôi lại đi lĩnh bổng một lần. Ngài cho tôi cứ từng hộp bích quy Ăng-lê một. Có một lần tôi cân cả giẻ, sau khi đã trừ bì đi rồi, được 17 lạng. Hơn một cân xái. Nghe đã sướng chưa. Gần 100 đồng. Chỗ ấy cũng phải chia cho bác bồi hậu cần ngài độ một chục. Cả hai ông bà đều đáng quý cả. Những lúc tôi lần mò tới nơi để ăn mày cửa ngài, bà thường ban cười, coi mình như là con nuôi ấy. "*Luong oi, cu-oan hôi may cô tit công?"*[1] Ông bà ấy ăn ở có tình với người mình lắm. Hút như ông bà ấy thì mới bõ.

*[Kiểm duyệt bỏ]*

Ông Trương Quốc Dụng làm quan to, triều vua Tự Đức, ở trong cuốn *Thoái thực ký văn*, có viết:

"Nha phiến do ở Tàu, Tây đưa lại, hình trạng giống như cứt gà, có thể làm nát ruột gan, có thể làm mất thần trí người ta. Người nào nghiện nó, cũng phải khuynh gia bại sản, hại tính, hại đời. Cái độc của loài cây cỏ, không có thứ gì khốc liệt bằng nó.

"Ông thị lang Nguyễn Đình Tân nói rằng: Thuở nhỏ ông ta chơi với bọn thiếu niên bợm bãi, chỉ hút vài lần liền thành nghiện, lại sợ có người khác biết, giấu giếm đê tiện không thiếu cách gì. Lâu rồi thần trí càng u mê, chỉ biết hút (!), không còn biết nhân gian lại còn có những sự đáng lo đáng mừng (!) Nếu như nửa ngày mà không được hút, thì sẽ buồn bã muốn chết.

"Ông ta sợ lắm, bèn mời thầy thuốc giải chữa.

"Thầy thuốc cho thuốc. Thôi hút vài ngày, các chứng nổi lên ầm ầm, suýt nữa thì chết. Thầy thuốc

---

1. Do bà này người Pháp nên nói tiếng Việt không rõ.

bắt phải cố nhịn. Sau vài ngày đi tả ra phân đen, thối và có mùi a phiến. Bảy ngày bớt dần. Hai mươi mốt ngày thì khỏi hẳn.

"Ông ta lại nói khi sang xứ Tàu, thấy có người thông sự họ Lý, triều nhà Thanh, cũng nghiện thứ đó. Đi cả ngày trên con đường Trực Lệ mà không được hút, hắn chết ngay trên xe, cửu khiếu có trùng bò ra; trùng có mỏ nhọn và cứng (!) và giống như con bọ gậy trong nước.

"Ông ta lại nói: 'Khi vào chơi nhà một người nọ, ghế chiếu rất sạch sẽ, tự nhiên có con mối ở trên mái nhà rơi xuống rồi chết. Hỏi người bên cạnh, họ nói nhà này vẫn hay hút thuốc phiện ở chỗ đó. Con mối đó cũng nghiện thuốc (!) Bây giờ có khách, lâu lắm không được ngửi khói thuốc, nên nó chết.'[1]

---

1. H. Jammes trong tập *Kỷ yếu của Hội Khảo cứu Đông Dương* cũng có nói đến việc loài mèo ở các vùng chung quanh tràn vào các khu có tiệm hút ở Bắc Kỳ. Con chó, mỗi khi thấy chủ sửa soạn cái "ống tre" thì cũng ngoe nguẩy chạy đến ngay. Những lúc chủ hút ở nơi khác vắng, thì con chó ấy tỏ ra vẻ rối rít băn khoăn, chốc chốc lại có ngáp. Con chó ấy chỉ bình tĩnh được khi nào mà nó được hít lại cái mùi say sưa kia.

G. Miraben, trong cuốn *Fumée divine* đã nghiệm ra rằng loài chuột, nhện và thạch sùng hay sán gần đến chỗ có bàn đèn; những con vật nhỏ ấy mỗi khi được la cà mon men lại gần thuốc phiện thì lấy làm khoái lắm và cũng lơ mơ nữa; và chúng rất trung thành với thói quen ấy. [Chú thích của sách gốc]

"Gần đây, ở Bộ Công, có viên ngoại nghiện thuốc phiện. Người đó rất khỏe mạnh, đương độ trung niên bỗng bị bệnh nặng. Khi nguy kịch, giọt nước không thể vào miệng, nhưng vẫn lấy tay vẫy đứa đầy tớ hút thay rồi lấy ống tre mà thổi khói vào miệng. Người đó nuốt cái khói hà đó. Một lúc thì chết. Đáng sợ như thế.

"Ta – Trương Quốc Dụng – lúc ở Gia Định, có khi uống rượu với bọn đông người. Say rồi mọi người đều hút nha phiến, họ nèo ta cùng hút. Mới hút vào miệng, trong bụng đã thấy rộn rạo khó chịu. Rồi thì bụng dưới quặn đau, mót đại tiện và lại muốn thổ, y như chứng can hoắc loạn mà trong sách thuốc đã nói. Ta trách họ. Họ nói đó là tại ta hút chưa quen và lại lỡ bị gió cảm, cho nên như thế; hút lâu rồi mới biết hay. Ta nói:

"- Nhưng mà người ta chịu mấy trận gió cảm thành chứng đau bụng.

"Một lúc mới khỏi.

"Sau đó, ta nghe người ngoại dương[1] (!) chế ra thuốc ấy, có pha thêm vật bẩn thỉu (?) vào, để cho người ta đã ham thì không bỏ được. Nhưng họ chỉ đem bán cho người ngoại quốc, người trong nước

1. Chỉ người phương Tây.

thì bị nghiêm cấm không ai được hút[1]. Bấy giờ mới biết giống phiên quỷ (!) làm ra thuốc độc để hại người. Vật đó thật là đáng ghét.

---

1. Theo một tập phóng sự và điều tra của Marise Querlin thì ở Pháp, nhà nước và pháp luật rất là nghiệt ngõng đối với những người đam mê thuốc xái. Những vụ bắt và khám người ghiền thường gây nên những việc tai tiếng rất om sòm trước dư luận. Một người "đi mây về gió" là bị ban do thám của ty cảnh sát phong tục dò theo, và ở sở, người ấy có sổ tình nghi biên đủ hình dáng tên tuổi và điểm chỉ vào nữa. Một kẻ tàng trữ chất độc a phiến thường phải chịu phạt giam từ hai tháng đến hai năm và phạt tiền từ một ngàn quan đến tới một vạn quan.

Năm 1927, sở cảnh sát Pháp bắt tất cả là 257 vụ "chơi" a phiến; 135 vụ ở các quận hạt và 122 vụ riêng ở vùng Ba Lê. Và sự khám xét các tư gia bị tình nghi có hấp yên cũng trong một năm ấy đã phát giác ra ở cảng Toulon có chín tiệm hút và hít (hít thuốc phiện trắng) và ở cảng Marseille, không kém gì, cũng có được tám tiệm.

Việc điều tra của Marise Querlin trong tập phóng sự *Les Drogués* còn nói rất rõ về những cách chở lậu thuốc phiện. Thường người ta hay lợi dụng những số thuốc khai ở đơn hàng y dược mà dùng làm thuốc hút. Dưới sự bảo đảm và nhân danh y giới, người ta đã có luôn luôn thuốc mà hút, mặc dầu chính phủ hết sức bài trừ. Ai cũng rõ rằng a phiến có công dụng rất lớn trong sự chữa chạy nhiều bệnh đặc biệt. Sở y tế và các bác sĩ, dược sĩ có quyền mua. Nhưng độ 1 tấn thuốc dùng vào chữa bệnh thì có đến 40 tấn a phiến và 20 tấn hồng phiến bị đánh tháo đem ra ngoài cho người tư gia hút cho đỡ nghiện, cho thỏa sở thích riêng. Đánh tháo làm cho được? Đánh tháo thế nào? Đấy là cái bí quyết của các đảng buôn thuốc phiện quốc tế. Sang đấy, sung nhập vào đoàn buôn thuốc lậu, khác biệt rõ.

Bên Pháp ngày nay, có những bác sĩ dựng những bệnh viện riêng chuyên chữa những dân ghiền trong thời kỳ cai thuốc, lấy những danh từ tốt đẹp kín đáo như "chuyên trị về các chứng thần kinh hệ" hoặc "các chứng về ẩm thực bồi dưỡng" (sic) v.v. Tác giả có nhắc đến ít trường hợp cai thuốc của mấy con bệnh nguyên ở thuộc địa Đông Dương về nằm điều trị ở bệnh viện ngay tại Ba Lê. [Chú thích của sách gốc]

"Theo phép ngày nay, người nào tàng trữ, mua bán từ một cân trở lên thì đều phải tội chết; nếu không đầy một cân và kẻ hút trộm thì phải phát phối. Nghiêm cấm như thế, cốt để giữ toàn sinh mệnh cho người ta vậy."

Nói về a phiến, L. Laloy, trong cuốn *Yên kinh* – tôi dịch chữ *Le livre de la fumée* – có nói rằng người ta biết chích quả phù dung ra lấy nhựa nấu thuốc từ cuối nhà Minh. Trong sách ấy tác giả còn dạy người ta những điều kiện và lễ nghi khi hấp yên[1] và giảng: "Khói thuốc thần tiên, sinh trưởng ở xứ đạo Phật gốc, đã gây nên đạo Lão."

Đấng tông đồ Lão học, không làm gì cả. Đạo vô vi! Không nhất cử, không nhất động, kẻ ấy chỉ có hút. Thế là gần được đạo, đạo ả Phiền.

Về điểm này, Marise Querlin cũng có nói:

"Hút thuốc phiện trắng (cocaine), người ta bị một cơn điên chốc lát. Cơn điên ấy gây cho ta sức bành trướng sáng tạo, cho ta năng lực và đem lại cho ta cái lý tưởng của Nietzche – người xướng lên cái thuyết người hùng thờ sức mạnh.

"Thuốc phiện đen làm tê liệt não cân hoàn toàn, đem lại cho ta cái lý tưởng của Phật giáo."

---

1. Tức hút thuốc.

Những người Pháp đứng làm tiên phong trong thú chơi a phiến là những sĩ quan, những người đầu tiên của thời đi chinh phục thuộc địa.

Albert de Pouvourville có nói nhiều về thứ người này khi họ đi lại với thuốc phiện. Tập *Hạnh phúc thứ năm* của ông là một tác phẩm có liên can nhiều đến ả Phiền.

Claude Farrère, trong cuốn *Fumées d'Opium* và thứ nhất là cuốn *Les Civillisés* đã mượn khung cảnh Đông Dương nói đến thuốc phiện. Ca tụng thuốc, ông viết: "Tiệm thuốc đẹp như một mảnh vỡ đồ đào xứ cổ Hy Lạp."

*[Kiểm duyệt bỏ]*

Jean Cocteau đã gọi người nghiện là một cái tác phẩm. Chả rõ là tác phẩm gì. Nhưng tác giả thêm: "Một tác phẩm chấp cả sự phê bình." Nói về sự giao thiệp giữa cái xã hội ghiền, Cocteau viết trong cuốn nhật ký cai thuốc phiện: "Hút hai người đã là nhiều. Hút ba người là khó. Hút bốn người là sự không thể được." Chúng ta có nên suy nghĩ nhiều về câu này, khi ta cao hứng rủ hàng tốp, hàng đoàn một lại chơi nhà một ông bạn nghiện có bàn đèn ở nhà?

Philippe Soupault, một danh sĩ đồng thời một cây bút già dặn của phái siêu chân viết những câu "hay" như thế này:

"Mặt trời tịch dương nhuộm chân trời một màu máu, màu một thứ máu của những vụ án mạng do tôi gây nên bằng tưởng tượng.

"... Tôi lắng thấy những con sâu mọt đục mòn những bức tường bằng chất kim."

Người ta thường nói trong "những tác phẩm hay" sao cũng có sự cộng tác của quỷ sa-tan. Có thể nhại câu ấy thành: trong những văn phẩm thoát thực sao cũng có sự cộng tác ma túy của ả Phiền.

* * *

- Thế nhưng mà, dù sao, cái người nhạc công thổi khói trong cây kèn hút vẫn chịu tiếng muôn đời là một phế nhân.

Có lẽ người đầu tiên xướng nên danh từ này tặng cho kẻ đem đời mình liền với ả Phiền, người ấy là tổng đốc Lưỡng Quảng Lâm Tắc Từ, người kép chính trong vụ Nha phiến chiến tranh. Hồi ấy trong khu vực hai tỉnh Hoa Nam, tổng đốc ra lệnh ai nghiện thì phải đi mua lấy thuốc mà hút. Và ở ngực phải bó buộc đeo một tấm mộc bài có khắc hai chữ:

phế nhân. Ví chẳng khác kẻ mắc chứng phong hủi phải mặc thứ áo riêng trùm kín người và đi đến đâu lắc chuông cho người ta lánh mình ở thời trung cổ bên Tây phương.

Hỡi ôi, một sợi tóc là một cái tội, một làn khói thơm là một cái tội. Tội với danh giáo, tội với những người không hút thuốc phiện. Đấng sinh ra muôn loài, lúc sinh ra thằng người, có vẽ cho nó phải có những bổn phận gì hay chỉ sinh nó ra và chối kệ nó, muốn sống cách nào thì cũng mặc không?

Một ông bạn nhà nho ghiền, lúc phú quý giật lùi trong cảnh yên hà, dụng cụ hút rầy chỉ còn là một cái vấu sứt, đã nhại truyện *Tam quốc* mà thở khói, than: "Trời đã sinh cây thuốc phiện, sao lại còn sinh ra ta?" Ông cám cảnh thuốc men, có ý oán trời, trách người – cái thứ người sống chỉ để gây nên dư luận trong xã hội.

# KHÓI THUỐC TRÊN DÃY NÚI YÊN TỬ

*Dù ai quyết chí tu hành*
*Có về Yên Tử mới đành lòng tu*

Lần lữa mất đúng hai mươi bốn tiếng đồng hồ, mãi đến ngày hôm nay chúng tôi mới lên được đường đi Yên Tử sơn. Người thủ xướng ra cuộc hành hương này là ông Ph. Đ. Ông là một người mộ đạo Phật. Ông còn là một người nghiện nặng. Ông tha thiết rủ tôi đi lên núi cùng ông một phen vì đã nhiều lần nằm nghiêng bên đèn với nhau, ông đã biết đến cái tài mọn của tôi trong việc nấu cơm đen. Tôi tiêm chặt điếu thuốc, không đánh bắn xuống khay, không sa đèn và biết nuôi xái cho nó khỏi xác, khỏi cháy. Lắm khi thương yêu tôi quá, ông đã thành thực bảo tôi rằng vạn nhất có bị thất bại trong cuộc sống, tôi cũng chưa đến nỗi phải tay bị, tay bát như ai. Vì rằng, với cái đường tiêm (!) vững vàng ấy, tôi vẫn có thể đến xin việc tại nhà riêng một vài quan *[Kiểm duyệt bỏ]* ở đây, ông thường bảo tôi thế giữa hai điếu thuốc ngon lành. "Con người ta, chỉ sợ ở chỗ không có tài thôi chú ạ." Ông thường gọi tôi là chú những lúc thân mật.

Tôi lấy làm bùi ngùi cho thân thế con người ta, một khi phải đứng giữa một cái ngã tư như vậy. Và trong tôi, đang sống lại vài hình ảnh của một hạng thất nghiệp sống ở vỉa hè Hà Nội, ở bến tàu điện, một tay gãi cái tai bẹp, một tay giơ đủ năm ngón tay móng dính xái để xin tiền, với một câu tiếng Pháp cổ truyền: "Thưa ngài, trước kia con cũng có công ăn việc làm ở các sở tòa, nhưng bây giờ con vô nghệ và ghiền... *Mơ-si ơ, ay-ê pi-chi-ê*[1]."

Ông bạn Ph. Đ. mãi đến ngày hôm nay mới chịu rời Hà Nội để lên đường ra Yên Tử, vì suốt một ngày hôm qua, ông bạn thiết lại cái nhĩ tẩu và cứ điên lên vì việc khan thuốc phiện. Các cờ bài đều không bán, kêu là hết rồi. Sự khủng hoảng thuốc ở các ty bao giờ cũng là cái triệu chứng buồn sợ của mỗi kỷ nguyên tăng giá thuốc.

- Những lúc này giá mình sẵn tiền và có *tuy-ô*[2] mà biết trước được, mua trữ thuốc theo giá cũ thì tha hồ mà phất. Chóng hơn thả cá chú ạ.

---

1. Tiếng Pháp là "Monsieur, ayez pitié", nghĩa là: Ông ơi, xin rủ lòng thương.
2. Phiên âm từ *tuyau* (tiếng Pháp), nghĩa là thông tin ngầm.

Ông bạn Ph. Đ. nói thế, buổi mai này, khi giẫm lên bực cầu thang tuổi tác của tiệm chú Tắc, xế cửa rạp hát Quảng Lạc, trước khi ra xe ca đi Hải Phòng.

Trong tiệm chú Tắc, có đến chín mười người đang nhao nhao lên vì giá thuốc lên và cùng đọc một lúc mấy tờ nhật báo buổi sáng cùng phát hành ngày 1er Avril 1940.

"Theo nghị định quan toàn quyền đã ký ngày 29-3-40, thì giá thuốc phiện của các cờ bài bán cho các người dùng đều tăng lên 22 phần 100 giá cũ."

Trời ôi! "Thế này thì ra a phiến bán theo giá kim cương", một ông tham theo điệu tuồng và thở dài mạnh quá, làm tắt phụt ngọn đèn khói dầu lạc bay khét mù và béo ngậy.

*[Kiểm duyệt bỏ]*

Nghe thấy bạn tôi tuyên bố cuộc đi chơi núi Yên Tử - người nghiện thế mà chúa hay bép xép – một ông nghiện cũng bị chứng phong chạy hậu giật méo mồm như chú Tắc què, vội nhổm ngay dậy:

- Này, có đi qua Yên Tử, cho tôi gửi lời thăm sư cụ chùa Giải Oan trên ấy một câu. Nhà sư ấy hồi năm ngoái về vùng Hải Dương khuyến giáo, có nằm hút với tôi một bữa. Lão khoe có cái dọc sề-tống-củn tốt lắm. Bác lên đấy, chẳng cần đem dụng cụ đi theo cho nó thêm kềnh càng. Một vùng Yên Tử, chùa nào cũng có bàn đèn. Khách thập phương có nổi cơn nghiện trong chùa thì cứ bạch thực cùng sư cụ, người sẽ độ cứu cho ngay. Cửa chiền vốn rộng.

Ông Ph. Đ. nháy tôi và thích chí nói bô bô:

- Thế thì anh sướng quá, chú ạ. Nếu thế thì trên ấy hẳn có thuốc ngang. Sao từ xưa, bọn ta chẳng lên vùng ấy mà chơi!

Đi du lịch với bạn nghiện mà không bị cái nạn lỡ xe, hụt đò ngang là một sự hãn hữu đáng phải ghi nhớ để đời. Sự kinh nghiệm mà tôi đã từng phải trả giá rất đắt đã cho tôi biết sợ nhiều ông bạn nghiện hẹn cùng đi với mình để rút cục thì bỏ lỡ hết mọi công chuyện. Trời mưa rỉ rả, kéo được cái mền đơn lên ngang ngực và cối thuốc mà đầy, mà đồ hãm lại toàn là chất bổ âm, thì có trời mà bảo ông ấy dựng được người dậy. Những lúc tự túc như thế, có giặc kéo đến nơi, các ông ấy cũng còn ngần ngại mới chịu rời bỏ cái quê hương mình thu nhỏ lại trong một cái mâm hút. Bao giờ cho tôi đánh mất được một câu châm ngôn này đượm mùi xái của một ông bạn tự bào chữa cho mình khi ông hủy một cuộc viễn du mà chính tự ông đề xướng lên trong phút say thuốc: "Đi đâu thì cũng đến thế thôi. Nằm tiệm như thế này cũng du lịch khối ra rồi. Du lịch mà không cần gì đếm xỉa đến hai điều kiện không và thời gian. Đi chơi lại còn điều bất tiện là lạ nước lạ cái, mình chỉ nhận thấy sểnh nhà ra thất nghiệp. Chứ như còn nằm ở đây, các bạn cứ đỏ hộ tôi ngọn đèn lên, là thấy bốn bể cũng là nhà cả. Hề, hề!"

* * *

Buổi sớm ngày 3-4, chúng tôi họp thành một đoàn khách hành hương đi lễ Phật. Tôi chống một cái gậy trúc tươi chặt ngay ở rừng trúc Yên Tử. Ông Ph. Đ. cũng chống một cây gậy như thế. Nhưng gậy của ông vẫn chỉ là một cái dọc tẩu. Ông Ph. Đ. vừa leo núi, vừa gượng nhẹ cây gậy. Nó có đúng bảy mắt ở đốt và ông định lúc về thì làm thành cái dọc hút.

Đi qua cổng đền Năm Mẫu, có người thuộc đường núi, bảo cho biết rằng con đường này là lối đi về của bọn Khách tải thuốc phiện lậu và nhà nước cho đóng đồn phòng triệt ở đây để phá bọn buôn lậu. Cái tên Tổng Công có dịp được nhắc tới.

Chùa Lân, chùa Giải Oan – nơi chúng tôi nghỉ đêm đầu. Buổi tịch dương, đứng ở mái chùa Giải Oan nhìn xuống cảnh dưới chân núi lởm chởm, buồn như một buổi chiều của người nghiện thiếu thuốc từ sớm mai.

Chưa kịp ăn cơm chiều mà bạn tôi đã cho bày bàn đèn. Ngọn đèn vừa tỏ bấc thì sư cụ Tâm Hoan cũng sà xuống cái bục gỗ mọt nát của ngôi chùa nghèo. Ông Ph. Đ. thủ lễ đứng dậy xin lỗi và xin phép nhà chùa để ăn thuốc.

- Bạch cụ, như thế này là thập phương rất lấy làm không phải với nhà chùa.

Tâm Hoan hòa thượng cười xòa:

- Có việc gì, xin đạo quan cứ tự nhiên cho thì hơn. Bần tăng cũng thế. Ai cấm. Tháng trước quan tuần *[Kiểm duyệt bỏ]* thượng sơn hành hạt, ngài có hỏi, bần tăng cũng cứ thú thực với ngài rằng có hút, vì ở trên này sơn lam chướng khí nhiều lắm, một chút bồ đề tâm khó mà an toàn được.

Vừa nói, vừa cười, Tâm Hoan hòa thượng vừa xoay mãi cái chụp đèn búp măng của bạn tôi và than khổ vì cái chụp nơm của nhà chùa vỡ đã lâu mà không sao mua được và khoe rằng mãi đến khóa hạ năm ngoái mới nhờ được ông đội Chuyên ở vùng mỏ, thiết hộ cái nhĩ cho chiếc tẩu Lương hữu hương.

Thấy nhà chùa nói đến chuyện trùng tu chùa hằng năm, tôi mới để ý đến mấy mẩu gỗ vứt ngổn ngang ở trước cửa chiền. Tất cả bấy nhiêu gỗ, có lẽ cũng nấu vừa nồi bánh chưng to đủ cho một gia đình năm miệng ăn Tết đến hôm hóa vàng thôi. Ngờ đến lòng sư cụ chùa đây đã phải tàn nhẫn bóc lột Phật tổ, sẻ rất nhiều của của nhà chùa cho được đủ hút, tôi nhớ thêm rằng ban nãy lên chỗ bệ thờ Phật, tôi thấy bát nhang nào cũng không được đầy chân nhang. Lơ thơ quá cái bát nhang ở chùa Bà Đanh nơi bờ sông Châu Giang. Chẳng nhẽ ở đây sư và tiểu xỉa răng dữ dội đến thế? Thế này thì ra hương và nến đã biến sang cả khói thuốc và dầu lạc rồi. Nơi tam bảo chùa Giải Oan, hương có lạnh, khói có tàn, thì nơi cổ tĩnh của Tâm Hoan hòa thượng, họa chăng mới ấm được ngọn đèn.

- Ở trên sơn thượng này, lắm lúc túng thiếu những dụng cụ, là cực lắm. Tôi ở đây thế mà cũng khách khứa luôn. Hết tháng ba là hết hội trẩy chùa, vãn khách thập phương. Nhưng vào khóa hạ, các đạo hữu đi trung châu về thì chư sư lại đều có vào đây hút rồi mới thượng sơn. Sư cụ Tâm Nhiên trên chùa Cả, mỗi lúc hạ sơn đều có ghé tôi. Người hút ít thôi. Độ một đồng cân.

Ông Ph. Đ. ngắt chuyện sư cụ:

- Dạ thế còn như cụ?

- À, tôi thì cũng ít. Cái thế giới Yên Tử này nghèo lắm, lấy đâu mà hút cho nhiều như ở dưới đồng bằng các ngài được. Mỗi khóa xuân, hơn bù kém, các đạo quan cúng vào được độ trăm bạc. Tôi cũng có làm việc phúc, hưng công tu sửa lại chùa và thừa thãi chút nào thì lạy Phật bần tăng đem ra hút dè. Hết khóa xuân, chỉ dám dùng có một bữa.

Tôi hãy biết thế và nghe cái ông sư Tâm Hoan kể rặt chuyện phá giới:

- Quan tuần phủ *[Kiểm duyệt bỏ]* tháng trước lên đây, đi đủ 60 người, 5 cáng, đem một con dê lên giết ở đây. Ngài có ép bọn tôi ăn thịt dê, đợi cho ăn mặn xong đâu đấy rồi ngài mới quở tàn tệ.

*[Kiểm duyệt bỏ]*

Ở đây xa chợ búa. Ăn mãi măng trúc măng mai, nó cũng nhạt mồm. Thỉnh thoảng phải cho bà hộ hạ sơn kiếm con cá miếng thịt về... Thiên hạ sát sinh... chứ mình có sát đâu.

Tôi không lấy làm lạ về những lời trơ tráo của nhà sư có thể làm tủi hổ đến cái đạo tâm của một kẻ chân tu. Có người trong đoàn đi lễ Phật đã bảo nhỏ cho tôi biết về ký vãng của sư chùa Giải Oan. "Trước khi đến đây quét lá ăn mày lộc Phật, sư Tâm Hoan là một anh thầy cúng xứ đồng bằng." Sư Tâm Hoan – pháp danh như thế, sao lại chẳng vui – thật là một người lắm chuyện. Người góp mãi mặc dầu không ai hỏi.

- Thế ra các "cụ" ở vùng mỏ Vàng Danh lên. Đi đường Làn Tháp có xa hơn. Giá đi lối mỏ Bí Cho của ông Bạch Thái Bưởi thì được xem cả chùa Cầm Thực. Cái ông quan huyện *[Kiểm duyệt bỏ]* huyện sở tại – thế mà chúa hay hỏi lục vấn. Ngài có đòi tôi hạ sơn xuống huyện để giảng cho ngài nghe về sự tích chùa Cầm Thực. Tôi được cái tài biện bác, bịa vung cả lên mà trả lời cho nó xong chuyện.

Sư Tâm Hoan đắc chí cười vào giữa cái mặt ngạc nhiên của bọn tôi. Tôi tin rằng sư cụ sẽ không hoan hỷ như thế nếu biết rõ rằng trong thâm tâm tôi, tôi đang ghi tội ác của một kẻ tu hành. Tưởng chỉ có hút thuốc phiện, ăn mặn thôi, giờ lại còn đèo một tội nói dối nữa.

Cái đêm nay ngủ ở chùa Giải Oan, tôi đinh ninh rằng ở đây còn lắm điều hay lắm.

Trời chưa tối. Thấy tôi đăm đăm nhìn vào gốc mơ già xanh tươi mà không quả, nhà sư lộ luôn cái tâm thuật buôn bán của mình:

- Gốc mơ ấy sai quả lắm. Những đạo quan nào muốn chỉ khát, tôi vẫn cho tiểu bán để thêm vào tiền đèn nhang.

Ôi bắt buộc phải hiểu chữ đèn nhang này theo một nghĩa thuốc xái.

Lúc nhá nhem chùa lại thêm được một bọn già thượng sơn nữa. Họ cũng xin nhà sư tá túc một đêm ở đây. Bà hộ, thấy họ ăn mặc xềnh xoàng toàn áo vải, hỏi một câu khinh bạc đỏng đảnh như giọng một tên bồi buồng khách sạn đãi người lữ khách nghèo.

- Các cụ ăn cơm nhà chùa hay là đã có cơm nắm mang theo rồi!

- Dạ xin nhà chùa cho một bữa.

Bà hộ mỉm cười, mắt sáng lên như đồng kền năm mới đúc.

Cái ông sư bác ở chùa Hà Trang dưới đồng bằng, cứ mỗi khóa xuân lên đây giúp việc sư cụ Tâm Hoan, để có dịp sẻ ít lộc Phật, cười tình như một ông chủ hiệu tạp hóa, đang cò kè với đám già thượng sơn vì mấy lá bùa trấn trạch: "Dạ, các cụ phải cho đúng một hào một lá, thì nhà chùa mới dám nhận tiền."

Một hồi chuông uể oải điểm vào câu kinh ể à của khóa tụng buổi chiều. Tôi ngẫm mãi về câu phàn nàn ban nãy của sư cụ. "Ngày hai bữa chiêu mộ, mất đúng năm hào chỉ. Hết hội, thì rút xuống một bữa." Tôi ngờ rằng hết hội, trong chín tháng ròng, ở đây người ta cũng rút việc thỉnh chuông ngâm kệ xuống có một buổi thôi. Sao lại không thế?

*[Kiểm duyệt bỏ]*

Hãy dùng thời giờ và tiền bạc mà hút đã.

Đêm hôm 26 tháng hai ta, trong chùa Giải Oan có hai cái bàn đèn thuốc phiện đang nhấp nháy con bấc, cháy sáng ngời như chấp cả sức sáng của mấy cây đèn dầu và nến bạch lạp lèo tèo nơi tam bảo. Một bàn đèn của bạn tôi. Một bàn đèn của sư cụ Tâm Hoan.

Sau hồi chuông chiều thu không, phó mặc cho sư bác muốn đánh đấm ra làm sao thì làm, sư cụ trèo lên cái gác chuồng chim dưới trai phòng, châm đèn ăn thuốc với vẻ trịnh trọng của người đợi cái giờ sung sướng của mình đã đến. Tôi được mời lên đây. Ngắm nhà sư lấy cái môi mỏng thử đầu dọc tẩu, tôi lại muốn hiểu ra rằng những giọt sáp dưới chùa kia phải rỏ nhiều khi gió núi thổi mạnh, chỉ là những giọt nước mắt của một đấng từ bi không thèm nghĩ cả đến sự trừng phạt một đứa con bẩn thỉu cứ cố đòi nấp dưới bóng một cây bồ đề vùng đây để phóng uế ra đấy. Tôi để ý đến khay đèn của nhà chùa, rất lấy làm chú trọng về mấy tờ giấy bản dùng để lau khay. Đấy là những quẻ thẻ có lẫn cả một đôi tờ in chữ mộc bản xé ở một cuốn kinh nào. Hỡi ôi! Ngoài cái cửa mắt cáo, cây núi, khí núi mịt mùng và cái máng nước suối ngàn vẫn róc rách.

- A Di Đà Phật, bần tăng xin dùng trước.

Gần đủ bữa, bấy giờ sư Tâm Hoan mới cố ép tôi hút một điếu xái nhì. Ra người tu hành cũng như kẻ trần tục, bởi vì đã là nghiện thì người ta đều có quyền bẩn thỉu cả đến khi đãi khách. Tôi gạt cái dọc:

- A Di Đà Phật, vãn sinh này đã có bàn đèn ở dưới kia rồi. Xin nhà chùa cứ tự nhiên cho... Được nằm cùng bên một khay đèn với sư cụ, cũng đủ là vinh dự lắm rồi.

Tôi thành thực nói với sư cụ câu ấy vì cứ như điều tôi biết rõ, thì không khi nào một vị hòa thượng biết tự trọng đứng cầm đầu một ngôi chùa lại cùng ngồi thụ trai với một ai. Huống chi bây giờ tôi lại cùng được nằm với sư Tâm Hoan, để cùng người "thụ a phiến"! Mô Phật!

Nhân có bà hộ - trông tựa như mụ Bạc bà – nhí nhảnh lên và thấy có tôi lại leo xuống khỏi cái gác chuồng chim. Tâm Hoan hòa thượng hít mạnh điếu thuốc lá hãm và nói về sự tích bà hộ chùa này.

- Bà nguyên mình cao, số nặng, có số thờ chư vị. Bà ấy, sau một hồi ở thử các nơi, mới tìm được lên đây để đội bát nhang thờ mẫu. Linh của đức bà Thượng ngàn đấy.

Dưới gian nhà thờ tổ đem đổi làm phủ thờ mẫu kia, áp ngay vào nơi tam bảo, tôi lắng rõ tiếng anh cung văn – trông lại cũng tựa thằng Bạc Hạnh – đang cất cao giọng ngang với giọng đàn mỗi lúc người đạo quan ấy lên xong một giá đồng. "Xe giá á á hồi loan..." Sư cụ cười hỏi tôi:

- "Cụ" có biết rằng có những giá đồng lúc lên phải hút thuốc phiện không? Giá đồng ông Hoàng Bẩy. Lịch sự và đài điếm lắm.

Tôi ngắm kỹ nhà sư, đôi cặp mắt chứa đầy những dục vọng hạ cấp. Tôi có tìm đến mối tương quan giữa nhà sư khả quái và bà hộ chùa này trông cũng khả nghi. Tôi lại nhớ ra rằng hồi chiều, một đàn gà sống không thiến, cái mào còn đỏ thắm, chạy sục cả vào trai phòng.

Sư Tâm Hoan lại ép tôi hút một điếu xái khác. Lần này tôi nhận lời vì tin rằng điếu xái có khi cũng là một miếng trầu và sự thân mật trong câu chuyện sẽ cho tôi biết một vài ẩn tình nữa của nhà chùa.

- Cụ tổ tôi trước giàu lắm. Mỗi khóa để dành được đến mấy nghìn.

- ?

- Cụ tổ tôi tên là Lê Thanh Toán. Giá cụ đừng tham lam quá, đừng làm quế giả bán điêu cho người ta và nói ngoa lên rằng đấy là quế núi Yên Tử thì cũng chẳng đến nỗi bất đắc kỳ tử. Năm cụ tôi bị đứa ác nhân vào giết cả với hai chú tiểu là năm Quý Hợi, cách đây độ 18 năm.

Tôi nghĩ lan man: thầy thế, trò thế, chùa như thế này. Làm sao dưới chùa này lại không có một cái nhà hầm nữa nhỉ! Để cho tôi có ngay một vị ác tăng hoàn toàn ở trước mắt như là ở trong những truyện kiếm hiệp Trung Hoa.

Không biết ai đã bắn tin cho nhanh thế, mà nhà sư đã biết giá thuốc vừa tăng.

Xong bữa thuốc, không từ chối lời mời của một người trong bọn tôi ló đầu lên lỗ thang, Tâm Hoan hòa thượng xuống trai phòng ngồi một chân trong đám bài chắn góp hai hào trút đĩa. Nhà sư lên bài, thỉnh thoảng có những câu chửi cây bài làm cho tôi nhớ đến cái xã hội me tây ở phố Hàng Bún vào những ngày mưa và chồng họ đi ăn cơm *bốt* hoặc gác trại binh. Nhà sư một cái túi hầu bao, đầy những hào giấy tiền cúng Phật mà lúc nãy bỏ vào, nhà sư đã không cần giấu giếm nỗi sung sướng. Bây giờ thua bạc, nhà sư phải rời bỏ tiền ra khỏi ví trông không khác gì đứa trẻ bị cưỡng áp bổ cái ống tiền.

Vừa ù xong ván bài, sư Tâm Hoan vui miệng kể:

- Này "cụ" ạ, những ngày hội nhiều khi tôi phải đặt tĩnh ngay dưới cái bệ thờ Phật. Không thế mà nằm mà nhìn ra ngoài thì tiểu nó đỡ hết tiền người ta đặt lễ.

Tôi lấy làm chán nhà sư Tâm Hoan quá. Ngấy lên đến cổ cái mùi hương ở Giải Oan này rồi.

Đêm nay tôi say, vì ông bạn Ph. Đ. ép hút.

- Sớm tinh mơ ngày mai, chúng ta lại thượng sơn từ đầu canh năm. Còn những năm ngôi chùa nữa. Chùa Cả này, Một Mái này, Vân Tiên này, Bảo Sái và chùa Đồng. Phải biết từ bây giờ trở lên, đường mới bắt đầu khó. Đêm nay tôi phải hút nhiều lên rồi gói ghém luôn lại để mai đi sớm... A vận động nhiều cứ thượng sơn mãi, số thuốc hút phải tăng lên chứ.

Tôi đùa, chen vào:

- Nghĩa là trung châu đất bằng, đáng lẽ một bữa hai chục điếu cả xái nhất thì một bữa ở đất núi, hút để lấy lực đăng sơn, thì phải hai mươi nhăm điếu chứ gì.

- Hơn thế nữa. Có lẽ đến ba chục ấy. Người nghiện mỗi lúc du lịch tốn phí nhiều khoản lắm chú ạ.

Tôi lại tiêm những điếu rất đích đáng cho bạn tôi hút, lòng phấp phỏng chỉ lo không đủ sức mà ngày mai bạn tôi quỵ ở sườn núi thì ấy mới là đại họa. Cái bàn đèn đối với người nghiện mỗi khi phải đổi chỗ là một đứa con mọn mang theo; và có một ông bạn nghiện cùng leo núi với mình thì lại càng là một cái địu.

Bảo nhau nên ngủ sớm, chúng tôi quây lấy cái khay đèn. Một người cứ bảo để đèn dầu lạc mà ngủ.

- Có cái lạ, là sáu bảy người quần lấy khay đèn đỏ ngọn mà ngủ thì không có đổ vỡ đụng chạm gì cả. Hễ đèn lụt bấc tắt thì y như mất trật tự và khay đèn bị quơ phải, đồ dùng xô vỡ lung tung. Lúc chúng mình ngủ, ra cái tiềm thức của mình vẫn làm việc và lấy ngọn đèn làm cữ. Đấy các bác cứ nghiệm mà xem.

Lúc tôi tỉnh giấc dậy thì đã là canh tư. Chùa Giải Oan nghèo, cửa ngõ chẳng có, chăn chiếu mang theo thì không, khí núi tràn vào, trai phòng lạnh như nền xi-moong nhà tu kín. Bọn tôi đốt lửa sưởi như ở xứ Mường, đốt lửa trên nhà sàn.

*[Kiểm duyệt bỏ]*

Tôi lén lên tam bảo nhìn cây đèn dầu bông leo lét trước cái bát hương không ấm gốc nhang, tôi nhớ đến câu chuyện nhà sư Tâm Hoan và nhớ luôn đến vị sư trẻ dưới chùa Lâm, nơi chúng tôi ngả mặn lúc trưa hôm qua. Trông sư Tuệ Quang, có hút hay không thì không rõ, nhưng không đến nỗi tục và lỗ mãng trơ tráo như sư Giải Oan này. Sư Tuệ Quang người vùng Cẩm Giàng, Hải Dương.

*[Kiểm duyệt bỏ]* Từ ngày sư tổ Tâm Cảnh tịch đi thì Tuệ Quang hòa thượng thay sư tổ giữ chùa. Nơi trụ xứ của sư Tuệ Quang nước độc lắm, quanh năm rừng lim rụng lá, người quanh vùng cứ nửa tháng một lại một lần sốt rét. Nhà sư mặt xanh võ như mặt một sinh viên trường đại học trước ngày thi ra tại giảng đường. Nhà sư chữ Pháp thông thạo nhưng không dùng đến, chỉ nói tiếng nôm pha những danh từ Hán dùng trong sơn môn. Bao giờ tôi quên được cái nét mặt tử vi đạo của nhà sư trẻ ấy. Tôi nhớ đến cái cách nói chuyện của sư Tuệ Quang. "Dạ, chùa đây xây từ đời Trần. Cuối Lý, đầu Trần. Lúc bấy giờ thái bàn thiên hạ xuất gia. Người ta đi tu nhiều lắm. Phật giáo ở ta, hồi ấy thực đã có một thời toàn thịnh. Và lúc vua nhà Lý vào núi tu sửa mình, tục truyền có cả một đàn cóc đi theo. Đến trước chùa Giải Oan, đàn cóc đều hóa đá cả. Vâng, ở trước chùa Giải Oan, chỗ bãi tùng trượng phu cổ thụ ấy... Dạ, ở sơn môn chúng tôi đây thì bất cơ bất khát. Đúng ngọ thì chúng tôi thụ trai, chỉ ăn ngày

một bữa. Về việc ăn, nhà chùa chúng tôi chia ra buổi sáng là giờ ăn của chư thiên, buổi trưa là chư Phật, buổi chiều là súc sinh và buổi tối là ngã quỷ."

Tôi nhớ lại lúc bấy giờ chúng tôi ngả mặn, nhà sư lánh đi. Tôi lấy làm hơi thẹn vì những thực phẩm béo mặn kia đã đem theo vào chùa Lân một lũ ruồi nhặng ồn ào. Chúng ta gặt lấy những cái gì mà tự tay chúng ta đã gieo xuống là thế.

Đêm tỉnh giấc, đứng ở mái Giải Oan tự, so sánh hai vị sư, tôi muốn cầu Phật tổ giữ cho Tuệ Quang hòa thượng dưới chùa dưới được trong sạch và đi tới đạo. Cảnh chùa Lân đẹp lắm. Tùng trượng phu, trúc quân tử và những tháp cổ đẹp như thế mà người chủ tự kém hèn, Đức Phật có bị thiệt thòi nhiều lắm. Tôi muốn bẻ ngay một vài pho bụt ở Giải Oan này ra xem có phải tượng Phật ở đây sư cụ Tâm Hoan tạc bằng xái thuốc phiện không, bởi vì nhà sư đây, khi đã không cần giấu khách thập phương, hút một cách công khai như vậy thì chùa đây đã đủ là một cái tiệm công yên rồi. Hỡi người lính Đoan muôn năm nên lên đây mà thừa hành công vụ, đâm hộ tôi một cái thuốn sắt vào rốn pho tượng đã mất khí thiêng từ bao giờ.

Đường đi từ Giải Oan lên chùa Cả dốc ngược lên mà ông Ph. Đ. vẫn đủ sức đăng sơn làm cho nhiều người trong bọn ngạc nhiên. Đêm qua ông hút trội thuốc lên có khác. Đấy, công dụng của a phiến. Tôi nhớ đến những thổ dân vùng Nam Mỹ, mỗi lúc vượt dải Cordilière des Andes[1] thì họ chỉ ngậm có một cái lá coca – cây coca dùng để chế bột thuốc phiện trắng – và không thấy đói, không thấy khát ròng rã sáu tháng trong vùng núi.

Sư cụ chùa Cả cũng hút, nét mặt khô xác đi như lớp da khô của một bậc sư vận tâm hỏa để thoát xác. Chùa Cả là ngôi chùa cũ nhất, tên chữ là Hoa Yên tự. Sư cụ Tâm Nhiên (!) mà ăn thuốc ở Hoa Yên tự (!) tưởng người và cảnh, còn gì phù hợp hơn nữa. Chọn chùa mà hút hay sao có khác! Nhưng lúc này tôi lại phục mấy ông Tây thuộc địa về cách bày biện phòng hút theo cảnh tam bảo nhà chùa, đặt mâm hút ở ngay dưới một pho tượng để lên một cái tủ có chạm cánh hoa sen nở và chủ nhân lúc hấp yên thì mặc áo tàu rộng lòa xòa như áo già sa. Tôi lại nhớ đến một vị Tây trí thức ở Hà Nội. Lúc hút thuốc phiện đọc sách đóng lại theo lối kinh Hoa Nghiêm thì mặc áo nhà chùa!

Tôi muốn bào chữa cho đám tăng lữ trên thế giới Yên Tử này khi họ hè nhau sa đắm vào thuốc

1. Dãy núi Andes.

phiện. Thuốc phiện có công dụng diệt dục. Mà đạo Phật cũng chỉ mong cho chúng sinh đi tới chỗ không độ ấy thôi. Vả chăng cái nát bàn của nhà Phật xa xôi và hàm hồ lắm, sao có bằng được cái nát bàn này dờ mó được tại hiện tại, những lúc trong lòng khay, hồng lên một cối thuốc đầy. Mỗi ngày cũng hai lần đèn hương để hút rồi mà "thiền định", tôi thấy nhà sư nghiện cũng vẫn không đi ra ngoài cái giáo lý và pháp giới của đạo mình.

Sư cụ Hoa Yên tự nói rằng: nhà chùa hiện vẫn có sẵn bàn đèn, chúng tôi có muốn dùng ngay thì cụ sẽ cho tiểu bưng ra trai phòng.

- Còn như bần tăng đây thì cũng "kim nhật, kim thời" thôi. Có đâu mà "chung niên" được như cụ Tâm Hoan dưới ấy. Những lúc thiếu thuốc vẫn cứ phải cho các chú ấy xuống dưới lấy lại. Cụ dưới Giải Oan trữ được nhiều lắm.

Với một vẻ cười a tòng, nhà sư nhoẻn miệng. Bạn tôi hãy cứ biết vậy lại khoác cái túi bàn đèn riêng thẳng đường lên chùa Vân Tiên. Chúng tôi nhất định đêm thứ hai ngủ ở chùa Vân, sau khi lên thăm Thiên Trúc tự, tục danh là chùa Đồng, ngôi chùa cao nhất một dải Yên Tử. Đứng ở chùa Đồng những buổi trong giời, nhỡn tuyến có thể thu được đến cả toàn cảnh vùng Móng Cái. Tôi theo sau bạn tôi thúc chân vào ria núi, cảm thấy cái thú vô cùng được làm người khách hành hương nhất thời, nếu trong đầu không bị cái say nặng nề của bữa thuốc hút ở chùa đêm qua hành tội. Thành ra phong cảnh quanh mình mất hết cả đường viền. Và mỗi tiếng chào của người xuống núi chào bọn tôi đang lên núi lại vang dội trong óc nhức nhối. Những câu "Đạo quan thượng sơn", "Đạo quan hạ sơn". Cứ thế mà đánh dấu lấy từng đoạn đường lên Yên Tử, hai bên tùng trúc rườm rà. Ông Ph. Đ. vẫn đeo cỗ tĩnh sau lưng như cậu nhỏ soi con đeo túi dết. Tôi vẫn chống cây gậy trúc xanh tươi mà lắm lúc nhìn cái đốt giữa, tôi cũng muốn bắt chước ý bạn, cắt ngay để dành làm một cái dọc. Đoạn trúc bão đăng, sẽ tha hồ mà ôm đèn và lợi xái.

Đã đến chùa Vân Tiêu. Ông bạn Ph. Đ. nở một nụ cười vì đến cái "trạm" này ông có quyền bày bàn đèn và hút từ buổi trưa cho đến sáng mai hạ sơn về, mặc kệ ai muốn lên chùa Đồng, rẽ qua Bảo Sái hay tạt qua chùa Một Mái. Ông vốn mộ đạo, nhưng đứng trước Phù Dung đạo cô, ông vẫn cứ phải coi cái lòng thờ Phật là nhẹ hơn.

Đêm ở chùa Vân Tiêu có êm ấm và nhẹ nhàng hơn đêm ở Giải Oan. Sư bà chùa Vân thực là người chu đáo quá. Đàm Tùy ni cô thấy chúng tôi ngả mặn, không quên cho thêm một bình rượu thuốc của nhà chùa không rõ ngâm để làm gì mà lại sẵn thế? Tôi đã say thuốc phiện tôi lại say rượu của chùa, tôi lại ăn măng trúc để dã hai thứ độc đang lấy cả hình hài tôi làm một bãi chiến trường. Lúc bấy giờ, tiếng bà hộ ở dưới bếp ngân dài một câu sa mạc: "Bây giờ kẻ Việt người Hồ; Sông Ngân ai bắc cầu Ô cho gần." Tôi lấy làm tủi thầm cho những cái gì là trong sạch ở người tôi, khi tôi thoáng ngộ nhận đây là một xóm yên hoa chứ không phải là một mái chùa. Lạy Phật tổ chứng minh cho công đức, thực quả nhìn nhà sư thầy Đàm Tùy lúc này, tôi thấy sư thầy là đẹp lắm, là có duyên lắm. Hay nói cho đúng ra, ni cô xưa kia chưa lên đây quét lá giữa chùa, ni cô phải là một trang giai nhân cười lên là phải đổ vỡ một cái gì. Sư thầy tuy nâu sồng nhưng vẫn không giấu được hết vẻ lẳng lơ trong phục sức. Cái áo nhung Bác-tơ-lê[1] ngả nâu già ấy "nói" nhiều lắm. Sư thầy mỗi lúc xuống núi cái miệng có tuổi kia mà nói lên thì đến người không có lòng mộ đạo, đến người ngoại đạo cũng cứ phải cúng tiền trùng tu vào phả khuyến chùa như thường.

---

1. Có lẽ là kiểu áo mang tên của nhà thám hiểm người Bồ Đào Nha Bartolomeu Dias (1450-1500).

Đêm nay có thêm sư cụ chùa Đàm Xuyên, tận vùng đồng bằng Gia Lâm lên đây để tôi tình cờ được hầu chuyện. Đàm Xuyên hòa thượng là một bậc chân tu lầu lầu mấy môn kinh luật, luận và nghe đâu lại am cả quyền thuật nữa. Cái người ấy đáng kính lắm. Chả thế mà Đàm Tùy ni cô mỗi lúc lấm lét nhìn người là lộ ra một vẻ sợ hãi. Đợi Đàm Xuyên hòa thượng an nghỉ lâu rồi sư thầy mới dám sà xuống chỗ bàn đèn và tiết ra một chút bí mật của ngôi chùa cũ. Cái bí mật ấy cũng vấn đượm một mùi thuốc phiện:

- Ngày xưa, sư tổ ở đây hay nấu thuốc phiện lắm. Chính tay tôi ngồi nấu dựa[1], có những cục to bằng cái ấm giỏ, đắt đến trăm bạc chứ chẳng ít. Mỗi lần canh nấu cứ hàng chục chậu thau một. Lắm lúc tôi ăn cắp của sư tổ những cục to bằng nắm tay đem bán mà cụ không biết. Sư tổ bắt tôi ngày ngày leo núi tìm cây giềng vàng, về đem giã từng cối lớn, lọc gạn lấy nước trong, đem nấu thuốc, thuốc sẽ nở hồng và tiêm tốt lắm. Hút cả năm không hết mà lại còn bán xuống các chùa dưới nữa.

Mô Phật! Cái thế giới Yên Tử này kể cũng đã là vui lắm. Đêm ở Vân Tiêu say thuốc, tôi thấy bữa thuốc đêm nay ngon như chưa bao giờ thấy. Tôi đã

1. Tức *nhựa*.

từng say a phiến trên boong tàu bể một đêm bể có sóng ngầm và trời mưa rỉ rả. Cái cảm giác lửng lơ khoái hoạt ấy dù sao vẫn thua cảm giác đêm nay ở Vân Tiêu. Suốt mấy canh, không một tiếng chó sủa, không một tiếng gà gáy. Chỉ có nhựa thuốc xèo xèo. Say rồi ra tựa lan can mái tây chùa cổ, nhìn xuống ở chỗ xa xa dưới chân núi thấy cả một đám cháy của lửa điện Quảng Yên và Port Redon(1). Tôi mới nhớ lại, từ mấy bữa nay được trốn vào núi, tôi không hề thấy bóng dáng một thầy cảnh sát nào.

Buổi sớm ngày sau; lúc sắp hạ sơn, sư thầy Đàm Tùy vẫn xởi lời lưu luyến và nói cười vang cả một trai phòng. Bọn tôi đã ngả nón để nói câu từ biệt mà sư thầy, nhân thấy tôi quảy mấy chục dò lan Yên Tử đem về làm quà cho bạn quen dưới đồng bằng. Sư thầy còn chỉ đám cỏ cây trước tam bảo:

- Cây hồng kia, đã ba đời sư rồi mà vẫn không bói được quả nào. Kia lá mơ, lá mận. Nhiều thứ lắm, chỉ hiềm không có quả.

Tôi đã lần xuống núi được mấy mươi bậc đá sống trâu mà vẫn còn muốn vòng quay lên, để hỏi Đàm Tùy ni cô xem bởi tại đâu mà cây ấy không kết được quả.

---

1. Cũng gọi là cảng Rê-đông, tức cảng Điền Công, thuộc tỉnh Quảng Ninh.

*Ấn bản này được thực hiện theo ấn bản* Tàn đèn dầu lạc do Mai Lĩnh *xuất bản năm 1941, chỉ sửa một số cách viết cho phù hợp với quy tắc chính tả hiện nay, ví dụ "xái thuốc" thay cho "sái thuốc", "giấu giếm" thay cho "dấu diếm", "kể chuyện" thay cho "kể truyện",... Mọi điểm khác đều giữ nguyên như ấn bản năm 1941.*

Một số hình ảnh bản in

*Tàn đèn dầu lạc* do *Mai lĩnh*

xuất bản năm 1941

*Nguyễn Tuân*

# tàn đèn dẩu lạc

*PHÓNG SỰ*

HANOI — HAIPHONG
**Éditions MAI-LINH**
SAIGON — PHUCYEN

NGUYÊN-TUAN



# TÀN ĐÈN DẦU LẠC

HANOI—HAIPHONG—SAIGON
**Éditions MAI-LINH**
PHUCYEN—PHUTHO—UONGBI

## Tập ký-ức của người bồi tiệm

Bữa cơm chiều không có rượu chát, trong một tửu-quán trung-bình đã đến lúc dùng tới ống tăm gỗ Nhật-bản mà ông chủ quán, một chủ khách béo Quảng đông cứ rẫy lên đây đẩy, nhất định bảo là tăm gỗ Trung quốc. Chúng tôi là vài người làm báo, đang kềnh-càng một cách không xứng đáng với mấy tách cà-phê thiếu hẳn hương thơm và loãng như nước vối. Câu chuyện nghề-nghiệp trong phạm vi phóng sự được đặt lên mặt thảm, lúc bấy giờ là một cái khăn bàn ăn trắng hoen ố sì dầu và nước *sốt*. Mỗi người chêm một câu, rút ở sự nhận thấy hàng ngày trong nghề.

— Nội tác phẩm trong nghề cầm bút, bạc nhất có nhẽ là những bài báo. Có hay tám vạn nghìn tư, qua tới ngày hôm sau chứ đừng nói chi đến năm sau là đã trở nên vô-vị rồi. Ai nhắc tới làm gì.

— Đủ biết những sản phẩm về tinh thần mà căn cứ hẳn vào thời sự, nếu không thành đoảng vị thì là nhạt thếch, một khi nó không còn ở địa-hạt thời-sự nữa. Có ai nhớ tới, nhắc tới một bài báo rất hay của hôm qua, hôm kia, hoặc là năm vừa rồi đâu. Ấy, xưa nay những cái gì nẩy mầm bén rễ trên thời-thượng của một thời khắc đều có những số mệnh yếu như thế.

— Nó cũng như là cuộc sống của mọi thời-thượng về phục sức chẳng hạn. Chẳng hạn, giờ có anh nào còn nhớ tới cái *mốt* chơi yo yo không?

— Hóa cho nên tôi muốn quay ra nghề viết văn. Thời-gian có bao giờ làm già và chết được một cuốn tiểu-thuyết hoặc một vở kịch đâu, nếu truyện và kịch có một giá trị văn-chương.

— Các anh là những đứa con bất tiến của nghề. Tôi chưa biết nghề báo nó khinh bạc ở đâu, nhưng tôi hãy được biết các anh là bọn không quý nghề. Những thứ khẩu khí ấy sẽ làm nguội hết lửa thiêng liêng của phụng-sự. Các anh cứ nói thế, thì những người như Albert Londres chả thành ra ngốc cả sao? Có được cái tiếng tăm của Londres, cũng còn lâu mới mai một-được.

— Bất hủ hay là bị quên ngay, *moa* không cần biết. *Moa* chỉ thấy bọn phóng-sự như Londres là kiếm được nhiều tiền lắm. Cái đó là điều-kiện tối-thiểu.

(Kiểm duyệt bỏ)

Một người nữa, biểu đồng tình :

— Có thể. Có quyền ngồi sồm hẳn lên xu-hướng ngu dại và bần tiện của bọn độc-giả hạ cấp kia, có chăng là mấy bố thi-sĩ và những nhà viết tiểu-thuyết có tính cách thần-bí. Bọn họ có quyền sống trước thời-đại của họ.

— Thôi, giải tán. Đứa nào đi hút thì đi hút đi ; đứa nào phải mần công chuyện thì đi mà mần đi. Hơn chín giờ rồi.

Vũ-trọng-Phụng đi lùi lại sau với tôi. với một câu chuyện riêng. Rằng :

— Tao có một cái đầu đề này bở lắm. Ừ', phóng sự.

— ?

— Có một tên bồi tiệm có thể gọi là thánh-s trong nghề tiêm thuốc. Hắn cũng có chữ-nghĩa Hắn viết được một tập nhật-ký, không, một tậ ký-ức thì phải hơn. Bao nhiêu những trò « cầm phạt » *ma bùn*, đều có ghi ở trong đó hết. Nế mày muốn dùng, đưa cho hắn một số tiền, lấy lấ không có thằng khác cũng sơi mất.

Tôi hồi ấy, cũng đang cần một thiên phóng-s cho tờ tuần báo nhà. Tôi muốn bắt ngay lấy câ chuyện của người bạn đồng-nghiệp ; nhưng tôi h ngờ, tự hỏi sao miếng thịt nạc ngon như thế, bạ tôi lại không ăn mà lại có bụng thảo nhường ch tôi. Xưa nay chúng tôi đi lại với nhau, thân t vẫn là thân, nhưng đã có bao lần rồi, chúng t giấu nhau từ một cái tin hàng ngày mà vẫn khôn ai dám trách móc nhau lấy nửa lời. Việc ấy đ là một thói quen. Nay lại nhường cho nhau nhữn một tập ký-ức, hẳn đấy phải là một đoạn xươn củ chối khó gặm !

— Giá tao không muốn đi sang địa-hạt khác, nh tao vừa nói ban nãy, thì tao đã mua rồi. Tập k ức đó, tài liệu nhiều, toàn những truyện sống c nhưng lúc lấy về, cũng còn phải trần lại, sào nã lại mấy lần lửa nữa rồi mới ăn được.

Mô-Phật ! Cái thế giới Yên-tử này kể cũng đã là vui lắm. Đêm ở Vân Tiêu say thuốc, tôi thấy bữa thuốc đêm nay ngon như chưa bao giờ thấy. Tôi đã từng say a-phiến trên bong tầu bể một đêm bể có sóng ngầm và trời mưa rỉ rả. Cái cảm giác lửng lơ khoái hoạt ấy dù sao vẫn thua cảm giác đêm nay ở Vân Tiêu. Suốt mấy canh, không một tiếng chó sủa, không một tiếng gà gáy. Chỉ có nhựa thuốc sèo sèo. Say rồi ra tựa lan can mái tây chùa cổ, nhìn xuống ở chỗ xa xa dưới chân núi thấy cả một đám cháy của lửa điện Quảng-Yên và Port Redon. Tôi mới nhớ lại, từ mấy bữa nay được trốn vào núi, tôi không hề thấy bóng dáng một thầy Cảnh sát nào.

Buổi sớm ngày sau ; lúc sắp hạ sơn, Sư thầy Đàm-Tùy vẫn sởi lởi lưu luyến và nói cười vang cả một trai phòng Bọn tôi đã ngả nón để nói câu từ biệt mà Sư thầy, nhân thấy tôi quảy mấy chục dò lan Yên-Tử đem về làm quà cho bạn quen dưới đồng bằng, Sư thầy còn chỉ đám cỏ cây trước tam bảo :

« Cây hồng kia, đã ba đời Sư rồi mà vẫn không bói được quả nào. Kia lá mơ, lá mận. Nhiều thứ lắm, chỉ hiềm không có quả ».

Tôi đã lần xuống núi được mấy mươi bậc đá sống trâu mà vẫn còn muốn vòng quay lên, để hỏi Đàm-Tùy ni-cô xem bởi tại đâu mà cây ấy không kết được quả.

NGUYỄN-TUÂN

# Mời bạn tìm đọc bộ sách VIỆT NAM DANH TÁC

gồm những tác phẩm tiêu biểu nhất của các nhà văn Việt Nam nổi tiếng thế kỷ 20, tập trung trong giai đoạn 1930-1945. Bộ sách được in lại với hình thức mới trang trọng và riêng biệt, nội dung căn cứ theo các bản in đầu tiên toàn vẹn và nguyên gốc, được các chuyên gia văn học giới thiệu và hiệu đính.

Vang bóng một thời
(Nguyễn Tuân)

Chiếc lư đồng mắt cua
(Nguyễn Tuân)

Chùa Đàn
(Nguyễn Tuân)

Ngọn đèn dầu lạc
(Nguyễn Tuân)

Tàn đèn dầu lạc
(Nguyễn Tuân)

Thương nhớ mười hai
(Vũ Bằng)

Miếng ngon Hà Nội
(Vũ Bằng)

Món lạ miền Nam
(Vũ Bằng)

Bốn mươi năm nói láo
(Vũ Bằng)

Bóng ma nhà mệ H
(Vũ Bằng)

Phù dung ơi, vĩnh biệt!
(Vũ Bằng)

Giông tố
(Vũ Trọng Phụng)

Số đỏ
(Vũ Trọng Phụng)

Hà Nội
băm sáu phố phường
(Thạch Lam)

Nắng trong vườn
(Thạch Lam)

Gió đầu mùa
(Thạch Lam)

Sợi tóc
(Thạch Lam)

Ngày mới
(Thạch Lam)

Tắt đèn
(Ngô Tất Tố)

Lều chõng
(Ngô Tất Tố)

Việc làng
(Ngô Tất Tố)

Những ngày thơ ấu
(Nguyên Hồng)

Bỉ vỏ
(Nguyên Hồng)

Trại Bồ Tùng Linh
(Thế Lữ)

Lê Phong
(Thế Lữ)

Vàng và máu
(Thế Lữ)

Gánh hàng hoa
(Khái Hưng – Nhất Linh)

Anh phải sống
(Khái Hưng – Nhất Linh)

Lạnh lùng
(Nhất Linh)

Đoạn tuyệt
(Nhất Linh)

Bướm trắng
(Nhất Linh)

Hồn bướm mơ tiên
(Khái Hưng)

Tiêu Sơn tráng sĩ
(Khái Hưng)

Đôi lứa xứng đôi
(Nam Cao)

Sống mòn
(Nam Cao)

Kép Tư Bền
(Nguyễn Công Hoan)

Tôi kéo xe
(Tam Lang)

Chân trời cũ
(Hồ Dzếnh)

Tố Tâm
(Hoàng Ngọc Phách)

Hà Nội lầm than
(Trọng Lang)

Ai hát giữa rừng khuya
(TchyA)

Truyện đường rừng
(Lan Khai)

Nằm vạ
(Bùi Hiển)

Ngoại ô
(Nguyễn Đình Lạp)

# MỤC LỤC

# TÀN ĐÈN DẦU LẠC

Chịu trách nhiệm xuất bản
GIÁM ĐỐC - TỔNG BIÊN TẬP
NGUYỄN QUANG THIỀU

| | |
|---|---|
| Biên tập | Nguyễn Chí Hoan |
| Biên tập viên Nhã Nam | Tiến Sỹ |
| Tranh bìa | Tạ Huy Long |
| Thiết kế bìa | Trịnh Hương Anh |
| Trình bày | Hồng Tươi |
| Sửa bản in | Ngân Lê |

**NHÀ XUẤT BẢN HỘI NHÀ VĂN**
65 Nguyễn Du - Hà Nội
Tel & Fax: 024.38222135
E-mail: nxbhoinhavan65@gmail.com
https://nxbhoinhavan.vn
**Chi nhánh miền Nam**
371/16 Hai Bà Trưng - Q3 - TP. HCM
Tel & Fax: 028.38297915
Email: nxbhnv.saigon@gmail.com
**Chi nhánh miền Trung và Tây Nguyên**
65 Nguyễn Thị Định - Thành phố Đà Nẵng
Tel: 023.63849516
Email: nxbhnv.mientrungtaynguyen@gmail.com

**LIÊN KẾT XUẤT BẢN VÀ PHÁT HÀNH**

**CÔNG TY VĂN HÓA & TRUYỀN THÔNG NHÃ NAM**
59 Đỗ Quang, Trung Hòa, Cầu Giấy, Hà Nội
Điện thoại: 024 35146875 | Fax: 024 35146965
Website: www.nhanam.vn
Email: info@nhanam.vn
http://www.facebook.com/nhanampublishing
**Chi nhánh tại TP Hồ Chí Minh**
185 Hoa Lan, Phường 2, Quận Phú Nhuận,
Thành phố Hồ Chí Minh
Điện thoại: 028 38479853 | Fax: 028 38443034
Email: kinhdoanhsg@nhanam.vn

In 3.000 cuốn, khổ 14.5x20.5cm tại Công ty CP In Viễn Đông (km 19+400, Giai Phạm, Yên Mỹ, Hưng Yên). Căn cứ trên số đăng ký xuất bản: 441-2023/CXBIPH/02-11/HNV và quyết định xuất bản số 865/QĐ-NXBHNV của Nhà xuất bản Hội Nhà Văn ngày 19.07.2023. Mã ISBN 978-604-391-340-8. In xong và nộp lưu chiểu năm 2023.